ஏதோ ஒரு நதியில்

முத்துலட்சுமி
ராகவன்

ISBN 979-8-88935-882-4

நூலாசிரியர் குறிப்பு

மறைந்த முத்துலட்சுமி ராகவன் தன்னுடைய முதல் நாவலை எழுதத் தொடங்கியது 2009இல் தான். மிகக் குறுகிய காலகட்டத்தில் கிட்டத்தட்ட 200 நாவல்கள் எழுதினார். தன் அண்ணனின் இழப்பைத் தாங்க முடியாமல் தவித்தபோது கணவரின் யோசனையைக் கேட்டு எழுத ஆரம்பித்தவர் இவர். எம்.ஆர். என்று சுருக்கமாக அழைக்கப்படுகிறார்.

1

"திருப்பதி சென்று
திரும்பி வந்தால் - ஒரு
திருப்பம் நேருமடா; உந்தன்
விருப்பம் கூடுமடா."

சத்தம் போட்டுப் பாடிக்கொண்டே மில்லிற்குள் நுழைந்தார் ராமாமிர்தம். அவருக்குப் பின்னாலேயே வந்த வின்சென்ட் சிரித்துக் கொண்டே,

"அக்கவுண்ட்ஸ் சார் வாயைத் திறந்தாலே பெருமாள் பாட்டுத்தான்" என்றார்.

"நீர் மட்டும் என்னவாம்? அவன் பாட்டைத்தானே தினமும் பாடுகிறீர்" என்று கூறியவாறு டேபிளின் மேலிருந்த பைல்களை ஒழுங்குபடுத்திய ராமாமிர்தம் கம்ப்யூட்டரைத் தொட்டு வணங்கிவிட்டு சேரில் அமர்ந்தார்.

அவரது செயல்களை வேடிக்கைப் பார்த்துக் கொண்டே தன் சீட்டில் அமர்ந்த வின்சென்ட், "சார், நீங்கள் பேசுவதும் விநோதமாய் இருக்கிறது; செய்வதும் விநோதமாய் இருக்கிறது" என்றார்.

"அப்படி என்ன விநோதத்தைக் கண்டுவிட்டீர்கள், ஓய்…"

"நான் கிறிஸ்துவன். நான் பாடுவது கர்த்தரின் ஸ்தோத்திரப் பாட்டு. நீங்கள் என்னவோ உங்களுடைய பெருமாள் பாட்டை நான் தினமும் பாடுகிறேன் என்கிறீர்களே. அதையும்தான் சொல்கிறேன். நெற்றியில் நாமம் போட்டுக் கொண்டு வாயில் பெருமாள் பாட்டைப் பாடிக் கொண்டு கம்ப்யூட்டரைத் தொட்டுக் கும்பிடுகிறீர்களே. இதையும்தான் சொல்கிறேன். இரண்டுமே விநோதம்தானே?"

"வின்செண்ட், உங்களுடைய கர்த்தரும் மாட்டுக் கொட்டிலில் பிறந்தவர். எங்கள் பெருமாளும் மாடுகள் மேய்க்கும் யாதவ குலத்தில் பிறந்தவர். கடவுள் என்று ஒருவர் இருக்கிறார். நாம் நம் கலாச்சாரத்திற்கு ஏற்ப அவரை ஏசு என்றும் அல்லா என்றும் பெருமாள் என்றும் வணங்குகிறோம். முஸ்லீம்கள் இறைவனை உருவமில்லாதவன் என்கிறார்கள். எங்கள் இந்துக்களும் சிவபெருமானை ஜோதி வடிவானவர் என்றும் ஆதி அந்தமுமில்லாதவன் என்றும் சொல்லுகிறார்கள். அதனால்தான் சொல்கிறேன், உங்களுக்கு ஏசு என்றால் அவரே எனக்குப் பெருமாள்."

"முதலாம் விநோதத்திற்கு பதில் வந்துவிட்டது. இரண்டாம் விநோதத்திற்கு இன்னும் பதில் வரவில்லையே?"

"என் பெருமாள் என்ன சொல்லியிருக்கிறார் தெரியுமா? செய்யும் தொழிலே தெய்வன்னு சொல்லியிருக்கிறார். கம்ப்யூட்டரில்தான் நாம் முழு வேலைகளையும் செய்கிறோம். அது சுணங்கிக் கொண்டு விட்டால் நம்ம கதி என்ன ஆகிறது? அதனால்தான் அதைத் தொட்டு வணங்கினேன்."

"நீங்க எதைச் சொன்னாலும் கரெக்டா இருக்கு. எதைச் செய்தாலும் அதில் ஓர் அர்த்தமும் இருக்கு. சும்மாவா எம். டி. உங்களைத் தலையில் தூக்கி வைத்துக் கொண்டு ஆடுகிறார்?" வின்செண்ட் மெச்சுதலாய் கூறியவாறு தன் முன்னாலிருந்த கம்ப்யூட்டரை உயிர்ப்பித்தார்.

"பாவம் அவரை ஏன் ஓய், என்னைப் பாராட்டுகிறேன்னு பேச்சில் இழுக்கிறீர்" என்றபடி ஃபைலைப் புரட்ட ஆரம்பித்தார் ராமாமிர்தம்.

"அவர் பாவமா? விளையாடுகிறீர்களளா சார்? கோயம்புத்தூரில் பெரிய துணி மில்லுக்கு ஓனர். ஊட்டியில் எஸ்டேட்டுக்குச் சொந்தக்காரர். பொள்ளாச்சி பக்கம் ஏக்கரா கணக்கில் பண்ணை நிலம். பால் பண்ணை. அவருடைய சொத்துகளின் கணக்கு அவருக்கே சரியாய்த் தெரியுமோ என்னவோ! அவ்வளவு பெரிய பணக்காரரைப் பாவம் என்கிறீர்களே சார்... குட்ஜோக்."

"என்ன சொத்து சுகம் இருந்து, என்ன செய்ய வின்செண்ட்? வாழ்க்கையில் நிம்மதி வேண்டாமா? போன வருசம் வரைக்கும்

சந்தோசமாய் துள்ளித் திரிந்த மனுசன், இந்த ஒரு வருசமாய் படாத பாடுபடுகிறாரே. இதை எங்கே போய் சொல்ல? என் பெருமாளிடம்தான் சொல்ல வேண்டும். அதைத்தான் தினமும் செய்து கொண்டிருக்கிறேன்."

"அவருடைய அம்மாவுக்கு உடம்பு எப்படியிருக்கு சார்?"

"இன்னும் சரியாகவில்லை, வின்சென்ட். நாளுக்கு நாள் உடல்நிலை மோசமாகிக் கொண்டுதான் வருகிறதாம். ம்ம்... எப்படியிருந்த மனுஷி! உங்களுக்குத் தெரியாது வின்சென்ட். நம்ம எம்.டி.யின் அப்பா காலத்தில்தான் நான் இங்கே வேலைக்குச் சேர்ந்தேன். மனுசன்னா அப்படித்தான் இருக்கணும். குணத்தில் தங்கம். நம்ம எம்.டி. அப்போது வெளிநாட்டில் படித்துக் கொண்டிருந்தார். திடீரென்று ஹார்ட் அட்டாக்குன்னு விழுந்த எம்.டி.யோட அப்பா எழுந்திருக்கவே இல்லை.

அப்போதுதான் நம்ம வசுந்தராம்மா, நம்ம எம்.டி.யுடைய அம்மா கம்பெனி பொறுப்பை எடுத்துக்கிட்டாங்க. மகன் வெளிநாட்டில் இருந்து வரும் வரைக்கும் அவங்கதான் இத்தனை சொத்தையும் கட்டிக் காத்தாங்க. அப்பேர்ப்பட்ட இரும்பு மனுஷி. இன்றைக்கு கண் திறக்காமல் கிடக்கிறாங்க."

"எல்லாவற்றுக்கும் காரணம்..." வின்சென்ட் முடிக்காமல் நிறுத்தினார்.

"பெரிய இடத்து விவகாரம் நமக்கு எதற்கு வின்சென்ட்? நம்ம எம்.டி.யுடைய போதாத காலம். இப்படிக் கிடந்து தவிக்கிறார். ம்ம்... விடுங்க. நாம் நம் வேலையைப் பார்ப்போம்." ராமாமிர்தம் பேச்சை நிறுத்திவிட்டு வேலையில் ஆழ்ந்தார்.

டக்டக்கென்று ஷூ சத்தம் கேட்டதும் அந்த அலுவலகத்தில் குண்டூசி விழுந்தாலும் சத்தம் கேட்கும் அளவிற்கு நிசப்தம் நிலவியது.

"குட்மார்னிங் சார்..." என்ற குரல்கள் வரிசையாய் ஒலிக்க, தலையை அசைத்து அதை அங்கீகரித்துக் கொண்டே வந்த கௌதம், ஆறடி உயரத்திலிருந்தான். கோதுமை நிறம், கருமையான முடி, செதுக்கியது போன்ற நாசி, கூர்மையான

விழிகள், நிமிர்ந்த நேரான நடை, மிகக் கம்பீரமான தோற்றம். 'கௌதம் எம்.பி.ஏ., மேனேஜிங் டைரக்டர்' என்ற பெயர்ப் பலகை பொறித்த அறைக்கதவைத் திறந்து கொண்டு உள்ளே சென்று சுழல் நாற்காலியில் அமர்ந்தான்.

இண்டர்காமை அழுத்தி அவனது பி.ஏ.வை உள்ளே அழைத்தான்.

"யெஸ் சார்..." என்றபடி பேனாவும் குறிப்பேடுமாக அவன் எதிரே வந்து நின்றாள் பாமா. அவனது பர்சனல் செகரட்டரி.

"இன்றைக்கு என்ன என்கேஜ்மெண்ட்ஸ்?"

அவள் கூறுவதைக் கேட்டுக்கொண்டே கம்ப்யூட்டரை உயிர்ப்பித்து மெயில் பாக்ஸை ஆராய்ந்தான். அதிலிருந்த முக்கியமான கடிதங்களுக்கு உடனே பதில் மெயில் அனுப்பச் சொன்னான். அவள் சென்றதும் அன்று அவன் கையெழுத்திட வேண்டிய பைல்களை எடுத்துப் படிக்க ஆரம்பித்தான். அவனது செல்போன் ஒலித்தது. எடுத்துப் பார்த்தான். பி.எஸ்.ஜி. மருத்துவமனையின் நம்பர். அவசரமாய்ப் பேசினான். அவனது அம்மாவைக் கவனித்துக் கொண்டிருந்த நர்ஸ் பேசினாள்.

"உங்கள் மதருக்கு நிலைமை சீரியஸாய் இருக்கிறது. உடனே வாங்க சார்."

"இதோ கிளம்பிவிட்டேன்."

செல்போனை அணைத்துவிட்டு அவசரமாய் பாமாவை அழைத்தான்.

"மிஸ் பாமா, நான் ஹாஸ்பிடல் கிளம்பிக் கொண்டிருக்கிறேன். ஆபீஸில் என்ன அர்ஜெண்ட் மேட்டரென்றாலும் என்னை டிஸ்டர்ப் பண்ண வேண்டாம். மிக முக்கியமானவற்றை ராமாமிர்தம் சாரிடம் சொல்லி ஹேண்டில் பண்ணச் சொல்லுங்கள்."

"ஓ. கே. சார்."

அவன் வேகமாய் ஆபீஸை விட்டு வெளியேறினான்.

மிக நீண்டு பரந்திருந்த பி.எஸ்.ஜி. மருத்துவமனை ஓர் ஊரைப் போல் தனியாக இயங்கிக் கொண்டிருந்தது. அதன் சுற்று மதில்

   ஏதோ ஒரு நதியில்

சுவர் ஒரு தலைநகரத்தின் கோட்டைச் சுவர் போல் உயர்ந்து வலுவாக நீண்டு சென்றது. அதன் பிரதான வாயிலுக்குள் கார்கள் போய்க் கொண்டும் வந்துகொண்டும் இருந்தன. பிரதான சாலையிலிருந்து மருத்துவமனை வளாகத்திற்குள் மக்களை அழைத்துச் செல்ல மருத்துவமனைக்குச் சொந்தமான இலவச வேன்கள் இயங்கிக் கொண்டிருந்தன. எங்கும் சுத்தம். எதிலும் சுத்தம். மருத்துவமனைக்குள் செல்லும் சாலையின் ஓரங்களிலும் சரி, ஆங்காங்கே தனித்தனியாய், பிரமாண்டமாய் இருக்கும் கட்டடங்களின் முன்னாலும் சரி, மரங்களும் பூச்செடிகளும் வளர்ந்து நின்று, அது மருத்துவமனையா இல்லை பூங்காவா என்று சந்தேகம் கொள்ள வைத்தன.

அந்தப் பரந்து விரிந்த மருத்துவமனையின் உள்ளேயிருந்த கட்டடங்களில் அவசர சிகிச்சை பெறும் நோயாளிகள் இருந்த கட்டடத்தில் ஓர் அறையில் கட்டிலில் வசுந்தரா படுத்திருந்தாள். அவள் பக்கத்தில் சிந்தாமணி நின்று கொண்டிருந்தாள்.

"சிந்தா... கௌதம் எங்கே?" வசுந்தரா தளர்வான குரலில் கேட்டாள்.

"நர்ஸ் போன் பண்ணியிருக்கு அண்ணி. தம்பி வெரசா வந்துரும். நீங்கோ கவலைப்படாதேங்கோ அண்ணி." சிந்தாமணி கண்களைத் துடைத்துக் கொண்டாள்.

"நான் கவலைப்படவென்று பிறப்பெடுத்த பிறவி. கவலைப்படாமல் என்னால் எப்படி இருக்க முடியும்? என்னைப் பெத்தவங்க பொள்ளாச்சியில் பெயர் பெற்ற பணக்காரருக்கு என்னைக் கல்யாணம் பண்ணிக் கொடுத்தார்கள். அவர் ஊரில் உள்ள மற்ற புருசன்கள் போல் இல்லாமல் வருசக் கணக்கில் என்னைக் காதலித்தவர் போல் என் மேல் உயிரை வைத்திருந்தார்.

கண்ணுக்குள் வைத்துக் காப்பாற்றினார். ஒற்றை மகன். வெளிநாட்டில் படித்துக் கொண்டிருந்தான். நெஞ்சு வலின்னு விழுந்தவர் கண் சிமிட்டும் நேரத்திற்குள் என்னை விட்டுப் போய் விட்டார். உட்கார்ந்து அழக்கூட எனக்கு நேரமில்லை. என் மகன் வரும் வரை அவனுடைய சொத்துகளைக் கட்டிக் காக்க வேண்டும். என் மகனும் வந்தான். என்னைத் தரையில் விடாமல் உள்ளங்கையில் தாங்கிக் கொண்டான்."

"ஏனுங்கோ அண்ணி, உன்ர புருசன் மாதிரி உலகத்தில் யாரு இருந்தா? ஏன் உன்ர புள்ளை மாதிரிதான் யாரு இருக்கா? உங்களுக்கு ஒரு கொறையும் இல்லை அண்ணி. மனசைப் போட்டு அலட்டிக்காதீங்க. தம்பி இப்ப வந்திரும். கண்ணை செத்த மூடிப் படுங்கோ."

"எனக்கா குறை இல்லை? குறையில்லை, குறையில்லைன்னு சொல்லிச் சொல்லி வாழ்ந்து எல்லாம் குறையாகவே வாழ்ந்து கொண்டு இருக்கிறேனே சிந்தா. என்றைக்கு என் புருசன் என்னை விட்டுட்டுப் போனாரோ, அன்றைக்கே நான் அவர் பின்னாலேயே போயிப்பேன். கடமை என்னைக்கட்டிப் போட்டு வைத்திருக்கிறது. அதையும் சரிவரச் செய்ய முடியவில்லைன்னு என் மனம் கிடந்து அடித்துக் கொள்கிறது சிந்தா."

"சும்மா உன்ர மனசைப் போட்டு ஒழப்பிக்காதேங்கோ அண்ணி. கடவுள் இருக்கிறார், அவர் நல்ல வழியை விடுவார்."

"விடவில்லையே சிந்தா. என் வழியை மட்டும் அடைத்துவிட்டாரே."

சிந்தாமணி கவலையுடன் அறை வாசலைப் பார்த்துக் கொண்டாள். இந்த கௌதம் சீக்கிரம் வந்துவிட்டால் தேவலாம். எப்போதையும் விட நேற்று இரவிலிருந்து வசுந்தராவின் புலம்பல் அதிகமாகி உள்ளது. காய்ச்சல் சிறிது கூடத் தணியவில்லை. தூக்க மாத்திரை கொடுத்தும் தூங்க வைக்க முடியவில்லை. ஏற்கனவே கை கால்களை அசைக்க முடியாமல் படுக்கையில் விழுந்துவிட்டவள் படும் வேதனையைப் பார்க்கச் சகிக்கவில்லை.

சிந்தாமணி கண்ணீர் தளும்ப வசுந்தராவைப் பார்த்தாள். அவளது ஒன்றுவிட்ட அண்ணன் நீலமேகத்தை மணந்து பொள்ளாச்சியில் வாழ வந்தவள். அவளது அழகும் அறிவும் அவர்களது வட்டாரத்தில் அதிசயமாய் பேசப்பட்ட ஒன்று.

"கோயம்புத்தூர் வட்டாரத்தை விட்டு மதுரைப் பக்கம் போய் பொண்ணு கட்டுகிறாங்களேன்னு நினைச்சேன். பொண்ணு இம்புட்டு அழகா அம்சவதியாய் இருக்காளே, கொங்கு தேசத்தில் பிறந்த நம்ம நீலமேகம் அண்ணனுக்கு பெரியப்பா தெற்குச் சீமையிலே போய் பொண்ணு எடுக்கும்போது

ஏதோ ஒரு நதியில்

எனக்குக் கோபம் வந்தது. இப்ப, இம்புட்டு அழகோடு என்ர அண்ணி இருக்கறதைப் பார்க்கிறப்போ வந்த கோபம் பஞ்சாப் பறந்துடுச்சு.”

முதன் முதலில் வசுந்தராவைப் பார்த்தபோது சிந்தாமணி கூறிய வார்த்தைகள் இவை. அப்பேர்ப்பட்ட அழகி. இன்று சிறகொடிந்த கிளியாகப் படுக்கையில் கிடக்கிறாள்.

கௌதம் புயல்போல் அறைக்குள் வந்தான். சிந்தாமணி நிம்மதிப் பெருமூச்சு விட்டாள்.

“அத்தை... அம்மாவுக்கு என்ன?”

“புதுசாய் என்ன வந்திருக்கு மருமகனே... எப்போதும் இருப்பதுதான். இன்னைக்குன்னு அதிகமாய் படுத்துது. நேத்து ராத்திரியில் ஆரம்பிச்ச காய்ச்சல் இன்னும் நிக்கலை. பத்தாக்குறைக்கு என்ர அண்ணிக்கு பழசெல்லாம் நினைவில் வருது. புலம்பித் தள்ளுது. என்னால் கண்கொண்டு என்ர அண்ணி படுற துயரத்தைப் பார்க்க முடியவில்லையப்பா.

என்ன கொடுமைடா சாமி. என்ர அண்ணி என்ன பாவம் பண்ணுச்சு? அதை உசிரோடு இந்த வதை வதைக்க அந்தக் கடவுளுக்கு எப்படித்தான் மனசு வருதோ தெரியலையே?” சிந்தாமணி கண்ணீர் சிந்த ஆரம்பித்து விட்டாள்.

“கௌதம்...”

தாயின் குரல் கேட்டதும் பசுவைத் தேடி ஓடும் கன்றாய் அவளது அருகில் ஓடி அமர்ந்தான் கௌதம். அவளது நெற்றியில் கை வைத்துப் பார்த்தான். உடல் அனலாய் கொதித்தது. தன் மெலிந்த விரல்களால் மகனின் கையைப் பற்றிக் கொண்டாள் வசுந்தரா.

“கௌதம்... கௌதம்...”

“என்னம்மா...”

“இல்லை... ஒன்றும் இல்லை.”

“எதுவாக இருந்தாலும் என்னிடம் சொல்லுங்கம்மா.”

“அது... அது வந்து... கௌதம்.”

"சொல்லுங்க அம்மா."

வசுந்தரா சொல்ல முடியாமல் தவித்தாள். சிந்தாமணி கௌதமின் தோள் தொட்டு எழுப்பினாள்.

"என்ன அத்தை?"

"டாக்டர் நீ வந்தவுடன் அவரைப் பார்க்க வரச் சொன்னார். ஒரு நடை போய் பார்த்துவிட்டு வந்துவிடு."

"அத்தை, அம்மா ஏதோ சொல்லணும்ணு நினைக்கிறாங்க."

"நீ போ கௌதம். டாக்டரைப் போய் பார். அப்புறம் வந்து என்ர அண்ணியோட பேசு. போப்பா."

கௌதம் அறையை விட்டு வெளியே வந்து நீண்ட காரிடாரின் மறுமுனையில் இருந்த டாக்டரின் அறையை நோக்கி நடந்தான். அந்த மருத்துவமனை வளாகத்தில் இங்கும் அங்கும் நடந்து கொண்டிருந்த வெள்ளை கோட்டும் ஸ்டெதஸ்கோப்புமாய் இருந்த ஆண், பெண் டாக்டர்கள், வெள்ளைச் சீருடையில் இருந்த நர்ஸ்கள், நோயாளிகளைப் பார்க்க வந்த உறவினர்கள் யாருமே கௌதமின் புத்தியில் பதியவில்லை. அவன் நினைவில் நின்றது படுக்கையில் கிடந்த தாயின் தோற்றம் மட்டும்தான்.

———◦◦◦———

ஏதோ ஒரு நதியில்

2

டாக்டரின் அறைக் கதவை ஒரு விரலால் தட்டினான் கௌதம்.

"யெஸ் கமின். ஓ... மிஸ்டர் கௌதம். உட்காருங்கள்."

"அம்மாவுக்கு எப்படி இருக்கிறது டாக்டர்?"

"அது சம்பந்தமாய் பேசத்தான் உங்களை வரச் சொன்னேன். அவர்களுடைய உடல்நிலை சீரியஸாகத்தான் இருக்கிறது. இந்த ஹாஸ்பிடலில் இருப்பதைவிட வீட்டில் அவர்கள் இருப்பது நல்லதுன்னு என் மனதிற்குப்படுகிறது."

"அம்மா சீரியஸாய் இருக்கிறார்கள்ன்னு நீங்கள்தானே சொன்னீங்க டாக்டர். இந்த நிலைமையில் அவர்களை வீட்டுக்கு அழைத்துச் செல்வது ஆபத்தாய் முடிந்துவிட்டால் என்ன செய்வது? எனக்கு என் அம்மா வேண்டும்."

"அவர்களுடைய நோய் உடலில் இல்லை மிஸ்டர் கௌதம். மனதில் இருக்கிறது. அவர்களது மனக்காயம் ஆறிவிட்டால், உடல் தேற ஆரம்பித்து விடும். இடைவிடாத மன உளைச்சலில் புலம்பிக் கொண்டிருப்பவர்களுக்கு என்ன ட்ரீட்மெண்ட் கொடுத்தாலும் பிரயோசனமில்லை. உங்கள் அம்மாவைக் காப்பாற்ற ஒரே ஒரு வழி இருக்கின்றது."

"என்ன டாக்டர், எத்தனை கோடி வேண்டுமானாலும் செலவளிக்கிறேன் என் அம்மா என்னோடு இருந்தால் எனக்கு அது போதும்."

"இதை பணத்தை செலவு பண்ணி செய்ய முடியாது. நீங்கள் மனம் வைக்க வேண்டும். அவ்வளவுதான்."

"மனம் வைக்க வேண்டுமா?"

"யெஸ் மிஸ்டர் கௌதம். அவர்கள் இடைவிடாது பெயர் சொல்லிப் புலம்பிக் கொண்டிருக்கும் அந்த நபரை அழைத்து வாருங்கள். அப்போதுதான் உங்கள் தாயின் மனம் அமைதியாகும். நாங்கள் கொடுக்கும் ட்ரீட்மெண்டும் பலனளிக்கும்."

"டாக்டர்..."

"உங்கள் மனநிலை எனக்குப் புரிகின்றது மிஸ்டர் கௌதம். இது ஈகோ பார்க்கும் நேரமல்ல. உங்கள் தாயின் உடல் நிலைதான் இப்போது நம் கண் முன் நிற்கின்றது. அதை மட்டும் கவனத்தில் எடுத்துக் கொள்ளுங்கள். மற்றவற்றைப் பின்னுக்குத் தள்ளுங்கள் உங்கள் அம்மாவின் மனம் அடுத்தடுத்து நடந்த சம்பவங்களால் மிகவும் பாதிக்கப்பட்டிருக்கிறது. இப்போது அவர்களுடைய மனதிற்கு தேவை உற்சாகமும் வாழ்க்கையின் மீதான நம்பிக்கையும்தான். அதை உங்களால் மட்டுமே கொடுக்க முடியும். இந்த மருத்தவமனைச் சூழலில் இருந்து அவர்கள் மிகவும் நேசிக்கும் உங்களுடைய வீட்டிற்கு அவர்களை அழைத்துப் போவது நல்லது. இந்த ஒரு வருடமாகவே ஒரே அறைக்குள் படுத்துக் கிடப்பவர்களுக்கு மன மாறுதலாக அது இருக்கும். அடுத்து நீங்கள். உங்களது ஈகோவைப் புறந்தள்ளிவிட்டு அவர்கள் பார்க்க விரும்புகிறவரை அழைத்து வந்து அவர்களுடன் பழக விடுவது அவர்களை உயிர்ப்பிக்கும். இது என் ஆலோசனை மிஸ்டர் கௌதம்."

"ஓ.கே. டாக்டர். ஐ ஷல் டூ இட்."

"தட்ஸ் குட். நீங்கள் இந்த முடிவை ஏற்றுக்கொள்வீர்கள் என்று நான் அறிவேன் மிஸ்டர் கௌதம். நீங்கள் உங்களது அம்மாவின் மேல் வைத்திருக்கும் பாசம் அப்படிப்பட்டது."

"தேங்க்ஸ் பார் யுவர் கைன்ட்நெஸ் டாக்டர்."

கௌதம் டாக்டரிடம் கை குலுக்கிவிட்டு அறையை விட்டு வெளியே வந்தான். இயந்திரகதியில் தன் தாய் இருந்த அறையை நோக்கி நடந்தான். சிந்தாமணி அறை வாசலில் அவனுக்காக காத்துக் கொண்டு நின்றாள்.

   ஏதோ ஒரு நதியில்

இவளுக்குத் தெரிந்திருக்கும். அதனால்தான் டாக்டரைப் பார்க்கப் போகச் சொல்லியிருக்கிறாள். டாக்டர் கூறியதை அவன் ஏற்றுக் கொண்டானா, இல்லையா என்பதை அறியவே வெளியே நிற்கிறாள்.

ஓர் விநாடி அவளது அக்கறையை எண்ணி அவனது உள்ளம் நெகிழ்ந்தது. இத்தனைக்கும் சிந்தாமணி அவனது தந்தை நீலமேகத்தின் கூடப் பிறந்த தங்கை அல்ல. சித்தப்பாவின் மகள். பொள்ளாச்சியில் பெரிய வியாபாரியின் மனைவி. மகனுக்கும் மகளுக்கும் திருமணமாகி பேரன் பேத்திகளொன்று வாழ்பவள். என்று வசுந்தரா கை கால்கள் செயலிழந்து படுக்கையில் வீழ்ந்தாளோ, அன்றிலிருந்து இன்று வரை தன் குடும்பத்தை மறந்து அவளது பக்கத்திலேயே இருந்து கவனித்துக் கொள்கிறவள்.

யார் சொன்னது, பணக்காரர்களுக்கு பந்த பாசம் கிடையாது என்று? இந்த சிந்தாமணி என்ன பணத்திலும் வசதியிலும் குறைந்தவளா? அவளுக்கு இருக்கும் பாசத்தில் துளியளவாவது ஏன் உரிமைப்பட்டவர்களுக்கு இல்லை?

அலையடிக்கும் உணர்வுகளோடு அவளை நெருங்கினான் கௌதம்.

"டாக்டர் என்ன சொன்னார் கௌதம்?"

"உங்களுக்குத் தெரியாதா அத்தை?"

"என்ன செய்யப் போகிறாய்?"

"அவர் சொன்னதைச் செய்யப் போகிறேன்."

"உண்மையாகவா? என் காதுகளையே என்னால் நம்ப முடியவில்லையே கௌதம். மனம் மாறிவிட்டாயா?"

"என் மனம் அப்படியேதான் இருக்கிறது அத்தை. அம்மாவுக்காக, என் அம்மாவின் மன நிம்மதிக்காக, அவங்க கேட்டதைச் செய்யப் போகிறேன் அத்தை."

"இப்பத்தான் என்ர மனசு குளிர்ந்துச்சு மருமகனே. உன்ர அப்பாவும் அம்மாவும் வாழ்ந்த வாழ்க்கை ஊரே பார்த்து கண்

வைத்து அதிசயப்பட்ட வாழ்க்கை. ஜோடிப் புறா மாதிரியில்ல என்ற அண்ணனும் அண்ணன் பொண்டாட்டியும் வாழ்ந்தாங்க. அப்பேர்ப்பட்ட புருசன் போனப்போ, அழுது புரளாம அந்தத் துக்கத்தை மனசில் போட்டுக்கிட்டு உனக்காக வாழ்ந்த மகராசியய்யாஉன்ர அம்மா. அடி மேல் அடி விழுந்தால் அந்த மனசு தாங்குமா? பாழாப்போன மனசு எத்தனை துயரத்தைத்தான் தாங்கும்? போய்யா போய் உன்ர அம்மா பார்க்கணும்னு ஆசைப்படற ஆளைக் கட்டியாவது இழுத்து வா. என்ர அண்ணி பழையபடி எழுந்து நடமாடணும். அதை இந்தப் பாவி மகள் கண் குளிரப் பார்க்கோணும்.''

''அம்மாவை வீட்டுக்கு அழைத்துப் போகச் சொல்கிறாரே, அத்தை.''

''அதுக்கென்னய்யா? தங்கமா கூப்பிட்டுக்கிட்டுப் போவோம். இங்கே கொடுக்கிற மாத்திரை மருந்தை வீட்டில் வைச்சுக் கொடுப்போம். தனியாய் ஒரு நர்ஸை வேலைக்கு வைத்துக் கொள்வோம். எதுக்குப் பயப்படணும். நானும் இருக்கேன் மருமகனே. உன்ர அம்மாவுக்குத் துணையா நான் இருக்கேன். நீ மட்டும் பதறாமல், பயப்படாமல் இருக்கோணும்.''

''உங்களுக்கும் குடும்பம் இருக்கிறதே, அத்தை.''

''இதுவும் என்ர அண்ணன் குடும்பம்தானே. இங்கே என்ர அண்ணி துடிச்சுக்கிட்டு கிடக்கிறப்போ நான் மட்டும் நிம்மதியாய் இருக்கோணுமா? என்ர தொண்டையில் பச்சைத் தண்ணி இறங்குமா? நீ நிம்மதியாய்ப் போயிட்டு வா மருமகனே. நான் என்ர அண்ணியைப் பார்த்துக்கிறேன்.''

''அம்மாவை எப்போ கூப்பிட்டுக்கிட்டுப் போவது?''

''இன்னைக்கே கூப்பிட்டுப் போயிடலாம். அதுக்கென்ன நாளும் கிழமையுமா பார்க்கோணும்?''

''அம்மாகிட்ட சொல்லிடலாமா?''

''தாராளமாய்ச் சொல்லலாம். இதில் ஒளிச்சு மறைக்க என்ன இருக்கு. என்ர அண்ணியும் சந்தோசமாய் இருக்கணுமில்ல?''

   ஏதோ ஒரு நதியில்

அவர்கள் அறைக்குள் நுழைந்தார்கள். வசுந்தரா காய்ச்சலின் வேகம் தாளாமல் முனங்கிக் கொண்டிருந்தாள்.

கௌதம் தாயின் அருகே கட்டிலில் அமர்ந்து அவளது நெற்றியை வருடினான். சிந்தாமணி அருகேயிருந்த நாற்காலியில் அமர்ந்து கொண்டாள்.

கண்கள் மூடிப் படுத்திருந்த வசுந்தரா, மகனின் தொடுதலைப் புரிந்து கொண்டு உடனே கண் விழித்தாள்.

"கௌதம்..."

"அம்மா, நான் மும்பைக்கு கிளம்புகிறேன்."

அவனது இந்த வார்த்தைகளைக் கேட்டதும் வசுந்தராவின் விழிகள் மலர்ந்தன. மகனின் கரத்தை இறுக்கிப் பிடித்துக் கொண்டாள்.

"பொய்யில்லையே கௌதம்..."

"நான் உங்களிடம் இதற்கு முன் பொய் சொல்லியிருக்கிறேனா அம்மா?"

"அழைத்து வந்துவிடுவாயா?"

"அழைத்து வரத்தானே போகிறேன்."

"நான் பார்த்துவிடுவேனா?"

"கட்டாயம் பார்த்துவிடுவீர்கள் அம்மா. நான் உங்களுக்கு உத்தரவாதம் தருகிறேன். எப்படியும் நான் அழைத்து வந்து விடுவேன். என்னை நம்புங்கள்."

வசுந்தராவின் விழிகளில் நம்பிக்கை வந்தது. அவள் கண் மூடித் தூங்க ஆரம்பித்தாள். சற்று நேரத்தில் அவளது காய்ச்சல் குறைந்து விட்டது. டாக்டரை அழைத்தார்கள். அவர் வந்து பார்த்துவிட்டுத் திருப்தியாய் தலை ஆட்டினார்.

"இனி பயமில்லை கௌதம். நீங்கள் சொன்ன ஒரு வார்த்தைக்கு எவ்வளவு சக்தி பார்த்தீர்களா? சொன்னதை நிறைவேற்றியும்

விட்டீர்கள் என்றால் அவர்களது உடல் நிலை எவ்வளவு தேறும் என்று நினைத்துப் பாருங்கள். இது மனம் சம்பந்தப்பட்ட நோய்."

"நிச்சயமாய் நான் சொன்னதைச் செய்வேன் டாக்டர்."

அன்று மாலையே வசுந்தராவை வீட்டிற்கு அழைத்துச் சென்று விட்டார்கள். கோயம்புத்தூரின் பணக்காரப் பகுதியில் கட்டப்பட்ட பிரம்மாண்டமான வீட்டின் காம்பவுண்டு சுவரின் வெளியே காவலுக்கு நின்ற கூர்க்கா, அவசரமாய் மெயின் கேட்டைத் திறந்து விட, கெளதமின் காரும் அதைத் தொடர்ந்து இன்னொரு காரும் போர்ட்டிகோவில் போய் நின்றன.

காரை விட்டு அவசரமாய் இறங்கின கெளதம், சிந்தாமணியின் துணையுடன் வசுந்தராவைக் கைத்தாங்கலாய் அழைத்துக் கொண்டு படியேறினான். பின்னால் வந்த காரில் வந்த நர்ஸ் கோமளம், அவளுடைய பெட்டிப் படுக்கைகளுடன் அவர்களைப் பின்தொடர்ந்தாள். வீட்டிலிருந்த வேலையாட்கள் ஓடி காரிலிருந்த சாமாக்களை ஆளுக்கு ஒருவராய் தூக்கிக் கொண்டு வீட்டிற்குள் விரைந்தனர்.

வீட்டினுள்ளே முதலில் பரந்து விரிந்த ஹாலின் ஒரு கோடியிலிருந்த பெரிய படுக்கையறைக்குள் சென்று வசுந்தராவை படுக்க வைத்த கெளதம், சிந்தாமணியின் பக்கம் திரும்பி,

"அத்தை, பக்கத்து பெட்ரூமில் நீங்க தங்கிக்கங்க" என்றான்.

"அதுக்கென்ன கெளதம், தங்கிக்கறேன்."

"மிஸ் கோமளா, அத்தையின் பெட்ரூமிற்கு அடுத்த பெட்ரூமில் நீங்கள் தங்கிக் கொள்ளலாம். பட், இரவில் நீங்கள் என் அம்மாவின் அறையில்தான் தங்க வேண்டும். உங்களுடைய டியூட்டி டைம் இருபத்து நான்கு மணி நேரம். நீங்கள் கேட்டதைவிட இரண்டு மடங்கு சம்பளம் கிடைக்கும்.

எனக்குத் தேவை, என் அம்மாவிற்கு இருபத்தி நான்கு மணி நேரமும் கண்காணித்து, பாதுகாத்து வேளா வேளைக்குச் சரியான மருந்து மாத்திரைகளையும் உணவையும் சாப்பிட

                                              ஏதோ ஒரு நதியில்

வைக்கும் நர்ஸ். நீங்கள் என் கோரிக்கையை சரியானபடி நிறைவேற்றுவீர்கள் என்று நம்புகிறேன்."

"நான் என் கடமையைச் சரிவரச் செய்வேன் சார்."

வீடு வந்துவிட்டதில் வசுந்தராவின் முகம் தெளிந்திருந்தது. வேலையாட்கள் அனைவரும் மாறி மாறி வந்து பேசிவிட்டுப் போக சந்தோஷமாய் சிரித்துக் கொண்டு இருந்தாள்.

தாயின் வரவில் வீட்டின் ஜீவ களை மீண்டு விட்டதை உணர்ந்த கௌதம், அலுவலகம் சென்றான். அவனுடைய ஜெனரல் மேனேஜர் ரமேஷை அழைத்தான்.

"ரமேஷ், நான் அவசரமாய் மும்பை போகிறேன். திரும்பி வர எத்தனை நாளாகும் என்று சொல்ல முடியாது நான் வரும் வரை மில்லை பொறுப்பாகப் பார்த்துக் கொள்ளுங்கள். எஸ்டேட் மேனேஜர் போன் பண்ணினால் என்னவென்று கேட்டு சால்வ் பண்ணுங்கள். பண்ணைகளையும் பார்த்துக் கொள்ளுங்கள். எந்தக் காரணம் கொண்டும் என்னை டிஸ்டாப் பண்ணக் கூடாது."

"ஓ. கே. சார்."

வீட்டிற்கு வந்து குளித்துவிட்டு பிளைட்டிற்குக் கிளம்பினான்.

"அத்தை, நான் மும்பைக்கு போய் வருகிறேன். திரும்பி வர எத்தனை நாளாகும் என்று தெரியவில்லை. அவசரத் தேவைக்கு இந்தப் பணத்தை வைத்துக் கொள்ளுங்கள். இதற்கு மேலும் தேவையென்றால் என் ஜி.எம். ரமேஷிற்குப் போன் பண்ணுங்கள். அவன் கொடுப்பான்."

"இதுவே அதிகம் கௌதம். நான் பார்த்துக் கொள்கிறேன்."

தாயின் அறைக்குள் சென்று அவள் கரம் தொட்டு,

"போய் வரவா அம்மா?" என்றான்.

"போய் வா, கௌதம். திரும்பி வரும்போது..."

"கட்டாயம் அழைத்து வருவேன்."

உயரக் கிளம்பிய விமானத்தில் மும்பை நோக்கிப் பறந்து கொண்டிருந்த கௌதம் அயர்வாய் விழிகளை மூடிக் கொண்டான்.

'எப்படி அழைத்து வரப் போகிறேன்?'

—◦◦—

ஏதோ ஒரு நதியில்

3

மும்பையின் பிரம்மாண்டமான ஓங்கி உயர்ந்த பல மாடிக் கட்டடங்களில் ஒரு கட்டடத்தின் பதினைந்தாவது தளம் பூராவும் பரந்து விரிந்திருந்தது, ஆடம்பரமான தோற்றத்துடன் இருந்து அந்த விளம்பரப் படங்கள் எடுக்கும் கம்பெனி. அதன் முகப்பிலிருந்து அந்தத் தளம் பூராவும் பணத்தால் அலங்கரிக்கப்பட்டு ஒரு மினி ஸ்டுடியோ போல் தோற்றமளித்தது. அதன் உரிமையாளரும் விளம்பரப் படங்களை எடுக்கும் இயக்குநருமான பூஜா பரபரப்பாய் வந்து கொண்டிருந்தாள்.

ராமர் பச்சை என்று சொல்லப்படும் நிறத்தில் சுடிதார் அணிந்திருந்தாள். முடி சீராக வெட்டப்பட்டு விரிந்து கிடந்தது. நெற்றியில் சின்ன ஸ்டிக்கர் பொட்டு. கழுத்தில் தடிமனான ஒரு செயின். வலது கையில் ஒரு கல் வளையல். இடது கையில் ஒரு தங்கச் செயின் போட்ட வாட்ச். இவ்வளவுதான் அவளுடைய அலங்காரம்.

ஆனால் அந்த குறைந்த அலங்காரத்திலும் ஒரு தேவதையைப் போலிருந்தாள் அவள். அவளது விளம்பரப் படங்களில் வரும் கதாநாயகிகளைவிட அதிக அளவில் பொழிவுடனும் அழகுடனும் இருந்தாள். எல்லையற்ற வனப்புடன் திகழ்ந்தவள் அதை உணர்ந்ததே இல்லை.

"யு ஆர் ஸோ பியூட்டிபுல் பூஜா."

"தேங்க்யூ."

"ஐ வாண்ட் டு டெல் யு சம்திங்."

"பட், ஐ ஹேவ் நோ டைம். பை."

அவளது அழகில் கவரப்படும் ஆண்களிடம் இருந்து விலகியே நிற்பாள். பார்ட்டியில் கலந்து கொள்வாள். ஆனால் ஓர்

அளவுக்கு மேல் யாரிடமும் பழக மாட்டாள். அங்கே நிற்கவும் மாட்டாள்.

'பூஜா இஸ் எ ஃபயர்!'

இதுதான் மும்பையின் விளம்பரப்பட வட்டாரத்தில் அவளுக்கு சூட்டப்பட்டிருக்கும் பட்டப் பெயர்.

'நெருப்பு!'

'பூஜா ஒரு நெருப்பு.'

அவள் அப்படித்தான் இன்று வரை இருக்கிறாள். நெருப்பாக, யாராலும் அணுக முடியாத நெருப்பாக, தீப்பிழம்பாக வாழ்கிறாள். அவளைத் தொட்டுப் பேச அவள் அனுமதித்தது இல்லை.

"பூஜா, வாட் இஸ் திஸ்? இது மும்பை. மாடர்ன் வெர்ல்டு. இங்கே போய் இப்படிக் கட்டுப்பெட்டித்தனமாய் பிஹேவ் பண்ணுகிறாயே. லைஃபை என்ஜாய் பண்ண வேண்டாமா?"

அகர்வால் ஒரு பார்ட்டியில் அவளது தோள் தழுவ முயன்றபோது இந்த வார்த்தைகளைக் கூறினான். அவனிடமிருந்து கண்டிப்புடன் ஒதுங்கி நின்ற பூஜா தெளிவாய் கூறினாள்.

"பர்ஸ்ட் பிஹேவ் யுவர்செல்ஃப் மிஸ்டர் அகர்வால். நான் வாழ்க்கையை நேர்மையாக வாழ விரும்புகிறேன். என்ஜாய் பண்ணி வாழ விரும்பவில்லை. மும்பையிலிருந்தாலும், லண்டனில் இருந்தாலும், நான் நானாக இருக்கவே ஆசைப்படுகிறேன்."

"குட் ஜோக். உன்னைப் பார்த்தால் லண்டனில் படித்தவள் போலவே தெரியவில்லையே?"

"தெரிய வேண்டிய அவசியம் என்ன?"

"அவசியம் இருக்கிறது பூஜா. என் கம்பெனிகளின் அத்தனை புராடக்டுகளுக்கும் உன் கம்பெனிக்குத்தான் விளம்பரப் பட ஆர்டர் கொடுக்கப் போகிறேன். கோடிக்கணக்கான ரூபாய்கள் கொட்டும் ஆர்டர்களை இழந்துவிடாதே."

ஏதோ ஒரு நதியில்

"ஸோ வாட்? என் அப்பாவின் கோடிக்கணக்கான சொத்துக்களையே நான் மைன்ட் பண்ணிக் கொள்ளவில்லை. உங்கள் பணம் எனக்கு எதற்கு மிஸ்டர் அகர்வால்? நான் என் விருப்பத்திற்காகவும் என் கிரியேட்டிவிடியை யூஸ் பண்ணிக் கொள்ளவுமே இந்த புரொபஷனை தேர்ந்தெடுத்தேன். பணத்திற்காக அல்ல. நீங்கள் உங்கள் பணத்தை விரும்பும் வேறு யாரிடமாவது உங்களது முயற்சியை கன்டினியூ பண்ணுங்கள் அகர்வால்."

அவனை மட்டுமல்ல. நிறையப் பண முதலைகளைத் தூக்கி அடித்திருக்கிறாள் பூஜா. அதனால்தான் அவளை அவர்கள் சொல்கிறார்கள். 'பூஜா ஒரு நெருப்பு.'

அன்றைய விளம்பரப் படத்திற்கான கான்செப்டை அசை போட்டவாறு வேகமாய் உள்ளே வந்தாள் பூஜா. அவளது செக்ரட்டரி ரூபா எதிரில் வந்தாள்.

"ரூபா எல்லாம் ரெடியா?"

"எவ்ரிதிங் இஸ் ரெடி மேடம்."

"ஆர்ட்டிஸ்ட் வந்துவிட்டாங்களா?"

"மேக் அப் ரூமில் இருக்கிறார்கள் மேடம்."

அடுத்த ஒரு மணி நேரத்தில் அவள் பரபரப்பாய் இயங்க ஆரம்பித்தாள். ஷூட்டிங் மும்முரமாய் நடந்து கொண்டிருந்த போது ரூபா அவளருகில் வந்து காதோரம் குனிந்தாள்.

"உங்களைப் பார்க்க ஒருவர் வந்திருக்கிறார் மேடம்."

"யாராம்?"

"சொல்லவில்லை."

"நான் பிஸியாக இருக்கிறேன் ரூபா."

"அதையும் சொல்லிவிட்டேன் மேடம்."

"போய் விட்டாரோ?"

"எங்கே? இருந்து உங்கள் வேலை முடிந்தவுடன் பார்க்கிறேன் என்று சொல்லி விட்டு வெயிட் பண்ணிக் கொண்டு இருக்கிறார் மேடம்."

"இது என்ன தொல்லை ரூபா? வேலை நேரத்தில் நான் யாரையும் பார்க்க மாட்டேன்னு உனக்குத் தெரியாதா?"

"அவரிடம் சொல்லிப் புரிய வைக்க முடியவில்லை மேடம். காத்திருக்கிறேன்னு பிடிவாதம் பிடிக்கிறார்."

"காத்திருக்கட்டும்."

வந்திருப்பவன் யாராக இருந்தாலும் வேலை நேரத்தில் தொந்தரவு செய்கின்ற காரணத்தினால் உடனடியாக பார்க்க வேண்டியதில்லை என்று முடிவு செய்தாள் பூஜா. அவனது வரவின் நினைவை புறக்கணித்து வேலையைத் தொடர்ந்தாள்.

"லைட்ஸ் கொஞ்சம் பவர் கம்மியா இருக்கணும்."

"ஓ. கே. மேடம்."

"அந்த ஸ்கிரீன் கொஞ்சம் சீரில்லாமல் தொங்குகிறதே சரி செய்யுங்கள். அப்படித்தான், இன்னும் கொஞ்சம்..."

இங்கும் அங்கும் நடந்தபடி ஆணை பிறப்பித்துக் கொண்டிருந்தாள் பூஜா. வேலையின் ஊடே திரும்பிப் பார்த்தபோது ரிசப்ஷன் சோபாவில் கால் மேல் கால் போட்டுக் கொண்டு ஒரு கையை சோபாவின் பின் பக்கமாய் தூக்கிப் போட்டு தோரணையாய் அவன் அமர்ந்திருப்பது தெரிந்தது, அவனும் அவளையே பார்த்துக் கொண்டிருந்தான்.

'யார் இவன்?' புருவம் உயர்த்தி யோசித்தாள் பூஜா. நினைவில் வரவில்லை. யாராக இருந்தால்தான் என்ன? வேலை நேரத்தில் வந்து சட்டமாய் அமர்ந்திருப்பவனைப் பற்றி அவள் ஏன் கவலைப்பட வேண்டும்?

"லிஸா, இன்னும் கொஞ்சம் ஸ்மைல் ப்ளீஸ்."

வேலை முடிந்துவிட்டது. 'அப்பாடா' என்றிருந்தது பூஜாவிற்கு. அபார்ட்மெண்ட்டிற்குத் திரும்பி ஒரு குளியல் போட்டு விட்டுத்

ஏதோ ஒரு நதியில்

தூங்கினால் தேவலை. ஆனால் காத்திருக்கும் அந்த ஒருவன் யார்?

சோர்வாய் தன் அறைக்குள் போய் அமர்ந்தவள்,

"ரூபா..." என்று அழைத்தாள்.

"யெஸ் மேடம்."

"காத்திருப்பவரை வரச் சொல்."

"ஓ. கே. மேடம்."

அவள் விரைந்துவிட்டாள். பூஜா தளர்வாய் சுழல் நாற்காலியில் சரிந்து கண் மூடிக்கொண்டாள். அறை வாயிலில் அந்தக் கனத்த குரல் கேட்டது.

"மே... ஐ கமின்?"

"யெஸ் கமின்."

உட்கார்ந்து இருந்தபோது தெரியாத அவனது உயரம் இப்போது தெரிந்தது. கூரிய விழிகளால் அவளைத் துளைக்கும் பார்வை பார்த்தபடி வந்தவனை அறிமுகமற்ற பார்வை பார்த்தபடி, "ப்ளீஸ்... டேக் யுவர் சீட்" என்றாள் பூஜா.

"தேங்க்ஸ் ஃபார் யுவர் கைன்ட்னெஸ்."

உணர்ச்சியற்ற முகத்துடன் அமர்ந்த அவன் குரலில் ஓர் வித கிண்டல் தொனித்ததோ, பூஜா அவன் முகத்தை உற்றுப் பார்த்தாள். அவனிடம் முக மாற்றமில்லை.

"வெல்... நீங்கள் யார்? என்னை ஏன் பார்க்க வந்திருக்கிறீர்கள்?"

அவன் முகத்தில் சலனம் தெரிந்தது. அவளையே ஊடுருவும் விழிகளால் பார்த்துக் கொண்டு அமர்ந்திருந்தான். அவன் முகம் ஆயிரம் உணர்ச்சிகளைப் பிரதிபலித்தது. கண்கள் அவளுக்கு விளங்காத ஒன்றை உணர்த்த முயன்றன.

'நேரமாகிறது.' பூஜா சலிப்பாய் உணர்ந்தாள்.

'இவன்தான் யாரென்று சீக்கிரம் சொல்லித் தொலைத்துவிட்டுப் பேச வேண்டியதைப் பேசிவிட்டு,

இடத்தைக் காலி பண்ணித் தொலைக்கக் கூடாதா? இவனால் மற்றவர்களுக்கு எவ்வளவு சிரமம் என்பதை உணராத பிரகிருதியாய் இருக்கின்றானே.'

கோபமாய் நினைத்தாலும் ஏனோ பூஜாவால் மற்றவர்களிடம் காட்டும் கடுமையை அவனிடம் காட்ட முடியவில்லை. அவனது விழிகளில் தெரியும் குற்றச்சாட்டு அவளை உறுத்தியது. இவனை ஏதோ ஒரு வகையில் பாதித்திருக்கிறோம் என்று தோன்றியது.

'இவனைப் பார்த்த நினைவே இல்லை. இவனை எந்த வகையில் நான் பாதித்திருக்க முடியும்? ஒன்றுமேயில்லாமாலா இவன் இந்தப் பார்வை பார்க்கிறான்?'

யோசனையுடன் அவன் முகத்தைப் பார்த்தாள் பூஜா. அவன் பார்த்தது பார்த்தாகவே இருந்தான்.

'இவனுக்குப் பேசும் உத்தேசமே இல்லையா?'

பூஜா பொறுமை இழந்தாள். அவனை குறிப்பாய் நோக்கிவிட்டுத் தன் கைக்கடிகாரத்தைப் பார்த்தாள். மீண்டும் அவனை நோக்கினாள். அவன் அசைகிறது போலத் தெரியவில்லை.

"உங்களைத்தான் சார். நீங்கள் யார்?"

"உங்களுக்கு வேண்டியவன்."

"எந்த வகையில்?"

அவன் மீண்டும் மௌனமானான். பூஜா ரூபாவை அழைத்தாள். அவள் அறைக்குள் எட்டிப் பார்த்தாள்.

"இரண்டு ஜூஸ், ரூபா."

ரூபா வெளியேறினாள். பூஜா யோசனையுடன் தன் கைவிரல்களை ஆராய்ந்து கொண்டிருந்தாள்.

"மேடம், ஜூஸ்..." ரூபா தம்ளர்களை மேஜை மேல் வைத்துவிட்டுப் போய்விட்டாள்.

   ஏதோ ஒரு நதியில்

"எடுத்துக் கொள்ளுங்கள். குடித்துவிட்டுத் தெம்பாக நீங்கள் யார்? என்ன விவரம் என்று எனக்குச் சொல்லுங்கள். ஐ ஆம் ஸோ பிஸி."

"பார்த்துக் கொண்டுதான் இருந்தேன்."

"தெரிந்துமா என் டயத்தை வேஸ்ட் பண்ணுகிறீர்கள்?»

"நீங்கள் மற்றவர்களின் வாழ்க்கையையே வேஸ்ட் பண்ணிவிட்டீர்களே. அதை என்றாவது நினைத்துப் பார்த்து இருக்கிறீர்களா?"

"வாட்?"

"யெஸ்."

"ஹ ஆர் யூ?"

"ஐ ஆம் கௌதம். கமிங் ப்ரம் கோயம்புத்தூர். இப்போது ஏதாவது புரிகின்றதா? உங்களுக்கும் எனக்கும் என்ன சம்பந்தம் என்று நினைவு வருகின்றதா? நான் உங்களது நேரத்தை வீணடிக்கவில்லை. நீங்கள்தான் என் வாழ்க்கையை வீணடித்து விட்டீர்கள் என்று நான் சொன்ன குற்றச்சாட்டை ஏற்றுக் கொள்கிறீர்களா?"

"கௌதம், யு ஆர்... யு ஆர்..."

"யெஸ். ஐ ஆம் யுவர் ஹஸ்பெண்ட்."

பூஜா வாயடைத்துப் போய் அமர்ந்துவிட்டாள். அவளது மனக் கண்ணில் பொள்ளாச்சி தோன்றியது. அவளுடன் வாக்குவாதம் செய்த தகப்பன் தோன்றினார். அவருக்கு சாதகமாய் பேசிய சித்தப்பாவும் சித்தியும் நினைவில் வந்தனர். திருமண வீடு நினைவில் வந்தது. மணப்பெண் கோலத்தில் அவளை கோயம்புத்தூர் அழைத்துச் சென்றது, புகை வடிவக் காட்சியாய் அவள் கண் முன் தோன்றியது.

கோயம்புத்தூரில் மணமேடையில் அவளை அமர வைத்தனர். அருகே அமர்ந்திருந்தவன், தாலியை எடுத்து அவள் கழுத்தில் கட்டினான். அவன்... அந்த கௌதம்... அவளது கணவன் இவன்தானா?

பூஜாவின் கழுத்தில் கிடந்த செயினில் மாட்டப்பட்டிருந்த மாங்கல்யம் அவள் உடல் மேல்பட்டு, 'நானிருக்கிறேன்' என்று உணர்த்தியது.

ஏதோ ஒரு நதியில்

4

பூஜா லண்டனில் படித்துக் கொண்டிருக்கும்போதே அவளுக்கு விளம்பரத் துறையில் ஆர்வம் வந்துவிட்டது. அது சம்பந்தமான படிப்பையும் மேற்படிப்பாக லண்டனில் படித்துவிட்டு இந்தியா திரும்பியவுடன் மும்பையில் தங்கிவிட்டாள்.

பொள்ளாச்சியில் மிகப் பெரிய செல்வந்தராகவும் வியாபாரியாகவும் இருக்கும் விநாயகம், மகள் கேட்டவுடன் அவளுக்காக கோடிக்கணக்கான ரூபாயில் அபார்ட்மெண்ட் வாங்கிக் கொடுத்து விளம்பரக் கம்பெனியும் வைத்துக் கொடுத்துவிட்டார்.

பூஜா அவள் எடுத்த முதல் விளம்பரப் படத்திலேயே மற்றவர்களின் கவனத்தை ஈர்த்துவிட்டாள்.

'யாரிந்த புதுப் பெண்' என்ற கேள்வியுடன் விளம்பர உலகம் அவளைத் திரும்பிப் பார்த்தது. வாய்ப்புகள் குவிந்தன. பணம் தேடி வந்தது. தகப்பனார் கொடுத்த பணத்தை அவரிடமே அவள் திருப்பிக் கொடுத்தபோது அவர் ஆச்சர்யப்பட்டுப் போனார்.

"எப்படிம்மா? பணம் காய்க்கும் மரம் எதையாவது நட்டு வைத்திருக்கிறாயா? பறித்துக் கொண்டு வந்துவிட்டாயா?"

"நான் ஏர்ன் பண்ணியது அப்பா."

"இவ்வளவா?"

"இதற்கு மேலும் இனி சம்பாதிப்பேன் அப்பா."

சொன்னது போலவே சம்பாதித்தாள். அவளுக்கு விருப்பமான துறையில் ஈடுபாட்டோடு வேலை பார்த்து வெற்றிகளைக் குவித்தாள். ஒரு நாள் மாலையில் அவள் அபார்ட்மெண்டிற்குத் திரும்பி வந்தபோது அவளது தந்தை பொள்ளாச்சியிலிருந்து வந்திருந்தார். அவசரமாய் அபார்ட்மெண்டைத் திறந்தாள் பூஜா.

"வாங்கப்பா... நேரமாகிவிட்டதா?"

"இல்லைம்மா. இப்போதுதான் வந்தேன்."

"அட்வர்டைசிங் கம்பெனிக்கு வந்திருக்கலாமே அப்பா."

"எப்படியும் நாம் இங்குதானே வந்தாக வேண்டும். அப்பாவுக்கு வயதாகி விட்டதும்மா. அலைய முடியவில்லை."

பூஜா பதறிவிட்டாள். விநாயகத்தை அமர வைத்துவிட்டு சூடாய் காபி போட்டுக் கொண்டு வந்தாள்.

"நைட் சாப்பிட எங்கே போகலாம்பா?"

"ஏம்மா, இந்த வீட்டில் சமையல் கட்டு கிடையாதா?"

"அப்பா..." பூஜா சிரித்தாள்.

"நான்   சமைக்கிறது   இல்லைப்பா.   வெளியில்தான் சாப்பிட்டுக்குவேன்."

"ஏம்மா?"

"பர்ஸ்ட், எனக்கு சமைக்கத் தெரியாது. செகண்ட், எனக்கு அதற்கு நேரம் கிடையாது. அப்பா, ஐ ஆம் ஆல் வேஸ் பிஸி."

விநாயகத்தின் முகத்தில் கவலை தெரிந்தது.

"என்னம்மா இப்படிச் சொல்றே? தாயில்லாத பெண்ணை விநாயகம் இப்படி வளர்த்திருக்கிறானேன்னு நாலு பேர் என்னைப் பார்த்துச் சொல்லிவிடக்கூடாது அம்மிணி."

"நான்கு பேர் ஏன்ப்பா என்னைப் பற்றிக் கமெண்ட் பண்ண வேண்டும்?"

"அப்படியெல்லாம் பேசக்கூடாது அம்மிணி. பெரியவங்க சொன்னால் கேட்டுக்கோணும். வாழப் போகிற இடத்தில் எனக்கு நல்ல பெயர் வாங்கிக் கொடுக்கோணும்."

"அப்பா, ப்ளீஸ்... ஏன் என்னவோ போல் பேசுகிறீங்க? இத்தனை நாள் நான் இப்படித்தானே இருந்தேன்? இன்றைக்கு என்ன புதிதாய் இத்தனை தடை உத்தரவு போடுகிறீர்ங்க?"

                              ஏதோ ஒரு நதியில்

"இத்தனை நாள் போல இனியும் இருக்க முடியாது அம்மிணி. உனக்குக் கல்யாண வயசாகிட்டது இல்லையா? நல்ல இடத்தில் நான் உன்னைக் கல்யாணம் கட்டிக் கொடுக்கோணும் இல்லையா?"

"அப்பா, மேரேஜ் பண்ணிக்கும் ஐடியாவே எனக்கு இல்லை."

"இது என்ன அம்மிணி இப்படிப் பேசிப்புட்டே? போ, போய் வாயைக் கழுவு. ஆத்தாடி... அப்பனுக்கு நல்ல பெயர் வாங்கிக் கொடுக்கோணுமின்னு உனக்குக் கொஞ்சம்கூட எண்ணமே இல்லையா அம்மிணி?"

"அப்பா, இந்த மும்பையில் எனக்கென்று ஒரு நல்ல பெயர் இருக்கிறது. என் அப்பா என்பதால் உங்களுக்குப் பெருமைதான் கிடைக்கும். நான் அப்படித்தான் நடந்து வந்திருக்கிறேன்."

"அப்புறம் ஏன் அம்மிணி கல்யாணம் வேண்டாம்கிற?"

"அப்பா, எனக்கு இன்னும் சாதிக்க வேண்டும். மேரேஜ் அதற்கு ஒரு தடைக்கல்லாக இருக்கக்கூடாது. நான் என் புரபொஷனை நேசிக்கிறேன் அப்பா."

"கிறுக்குத்தனமாய்ப் பேசாதே அம்மிணி. யாருக்குமே கிடைக்காத வாழ்க்கை உனக்குக் கிடைத்திருக்கு. அதைப் பற்றி யோசிக்காமல் வேறு எதையோ பினாத்திக்கிட்டு இருக்கிறாயே. என்னவோ படம் எடுக்கணும்ன்னு ஆசைப்பட்டாய். கொஞ்ச நாள் உன் ஆசைப்படியே விட்டுப் பிடிக்கலாம்ன்னு விட்டு வைச்சேன்... நீயும் உன் ஆசைப்படி இருந்து விட்டாய். இனியும் இங்கே நீ தனியாய் இருக்க முடியாது. என்னோடு உடனே கிளம்பி வா."

"அப்பா... இது என்ன பிடிவாதம்? எனக்கு இங்கே நிறைய வேலைகள் இருக்கின்றன. நான் ஒப்புக் கொண்ட விளம்பரங்களை முடித்துக்கொடுக்க வேண்டும். நான் ஒருநாள் கூட மும்பையை விட்டு நகர முடியாது."

"அப்படியா?"

விநாயகம் கோபத்துடன் பூஜா கூப்பிடக் கூப்பிட கிளம்பிப் போய் விட்டார். பூஜாவிற்கு மனதிற்குக் கஷ்டமாக இருந்தது. ஒரு

நாள்கூட கடிந்து பேசாத தந்தை, இன்று இந்த அளவிற்குப் பேசி விட்டாரே! போனில் அழைத்தால் போனை அணைத்துவிட்டார்.

ஒருநாள் நள்ளிரவில் அவளுக்கு போன் வந்தது. அவளது சித்தப்பாவின் மனைவி சிந்தாமணி பேசினாள்.

"பூஜா... உன் அப்பாவிற்கு உடம்பு சீரியஸாய் இருக்கு. உடனே கிளம்பி வா."

"சித்தி, அப்பாவுக்கு என்ன ஆச்சு?"

"ஒன்றும் சொல்ல முடியவில்லை. உடனே கிளம்பி வா."

பூஜா பதறிப் போய்க் கிளம்பினாள். தாயில்லாத மகளுக்கு தாயுமானவனாய் இருந்து வளர்த்த தந்தைக்கு என்ன ஆயிற்று? உடனே பிளைட் பிடித்துக் கோயம்புத்தூர் ஏர்போர்ட்டில் இறங்கினாள். அவளை அழைத்துப் போக அவளது சித்தப்பா தண்டாயுதபாணி வந்திருந்தார்.

"சித்தப்பா, அப்பாவுக்கு எப்படியிருக்கிறது?"

"நீயே வந்து பார்."

பூஜா பதற்றமாய் நகம் கடித்துக் கொண்டு உட்கார்ந்திருந்தாள். பொள்ளாச்சியில் கார் நுழைந்தது. அவளது பிரம்மாண்டமான வீடு இருக்கும் தெருவை அடைத்துப் பந்தல் போடப்பட்டிருந்தது. வீட்டு வாசலில் வாழை மரம் கட்டப்பட்டிருந்தது.

உறவினர்கள் வருகையால் வீடே நிறைந்திருக்க அந்தக் கலகலகப்பான சூழலைக் கவனித்த பூஜா, ஒன்றும் புரியாமல் குழப்பத்துடன் இறங்கி வீட்டுக்குள் போனாள்.

ஹாலின் சோபாவில் அமர்ந்து யாருடனோ பேசிக் சிரித்துக் கொண்டிருந்த விநாயகம், பூஜாவைக் கண்டதும் மலர்ச்சியாக எழுந்து, "வா, அம்மணி" என்றார்.

தந்தை நலமாக இருக்கிறார் என்ற நிம்மதி வந்தாலும் ஏன் பொய் சொல்லித் தன்னை வரவழைத்தார்கள் என்ற கோபம் பொங்கி எழ அவள், "அப்பா, என்ன இதெல்லாம்?" என்று அதட்டினாள்.

                                          ஏதோ ஒரு நதியில்

அதற்குள் அங்கேயிருந்த உறவுக்காரப் பெண்ணொருத்தி அவளருகே வந்து அவள் கன்னம் தொட்டு வழித்து,

"என்ன இதெல்லாம்ன்னா... என்ன அர்த்தம் அம்மிணி? இது உன்ர கல்யாணத்திற்காக வந்திருக்கும் உறவுக்கார ஜாதிஜனம் அம்மிணி" என்று கூறினாள்.

"வாட்?"

அலறிய பூஜாவின் கையைப் பிடித்து இழுத்துக் கொண்டு மாடிப்படி ஏறினார் விநாயகம். தண்டாயுதபாணியும் சிந்தாமணியும் அவசரமாய்ப் பின்தொடர்ந்தனர். பூஜாவின் அறைக்குள் அவளை நிறுத்தி கதவைப் பூட்டிய மூவரும், அவளை முறைத்தனர்.

"அம்மிணி, ஊரே சொல்லிச்சு. ஒத்தைப் பொண்ணு கேட்கிறான்னு அவ ஆடச்சொன்னபடியெல்லாம் ஆடாதேன்னு. நான் கேட்கலை அம்மிணி. உன் இஷ்டப்படியெல்லாம் ஆடினேன். வெளி நாட்டுக்குப் போய் படிப்பேன்னு ஒத்தைக்காலில் நின்னே. சரின்னேன். மும்பையில் வீடு வாங்கித் தான்னு கேட்டே. வாங்கித் தந்தேன். கம்பெனி ஆரம்பிச்சுக் கொடுன்னே. செய்தேன்.

இத்தனையும் வாயைத் திறக்காமல் செய்தேனே, நான் உன்கிட்ட என்ன கேட்டேன் அம்மிணி? ஒரு கல்யாணத்தைப் பண்ணிக்கோன்னுதானே கேட்டேன். அது முடியாதுன்னு சொல்லிட்டேயே. உனக்கு ஒரு கல்யாணத்தைப் பண்ணி வைக்காமல் நான் இந்த ஊருக்குள்ள தலை நிமிர்ந்து நடக்க முடியுமா அம்மிணி?"

"அதற்காக?"

"உனக்குக் கல்யாண ஏற்பாடு பண்ணிவிட்டேன்."

"யாரைக் கேட்டு இப்படிச் செய்தீங்க?"

"யாரைக் கேக்கோணும்?"

"என்னைக் கேட்கணும்? அப்பா, என்னைக் கேட்டிருக்க வேண்டும்."

"உன்னைக் கேட்டு உன்னை வளர்க்கவில்லை அம்மிணி."

"அப்பா, எனக்கு இந்தக் கல்யாணத்தில் இஷ்டமில்லை. நான் அடுத்த பிளைட்டைப் பிடித்து மும்பைக்குப் போகப் போகிறேன்."

"என்னடி பேசுகிறாய்?" சித்தி சிந்தாமணி அதட்டினாள்.

"உன்ர அப்பா இவ்வளவு தூரம் எடுத்துச் சொல்கிறார். நீ பிடிவாதமாய் பேசிக்கிட்டே போறே. உன்ர மனசில் என்ன நினைச்சுக்கிட்டு இருக்க? கோயம்புத்தூரில் நாளைக் காலையில் உனக்குக் கல்யாணம். இன்னும் கொஞ்ச நேரத்தில் பெண் அழைக்க வந்துவிடுவார்கள். குளிச்சுட்டு வா. அலங்காரம் பண்ணிவிட பியூட்டி பார்லரிலிருந்து பெண்ணுக வந்து காத்துக்கிட்டு கிடக்குதுக. அதை விட்டுவிட்டு மும்பைக்குப் போகிறேன்னு பினாத்திக்கிட்டு நிற்காதே."

"சித்தி, அங்கே என் கம்பெனி இருக்கிறது சித்தி."

"ஏண்டி, கூறு கெட்டவளா நீ? பொள்ளாச்சியில் எங்க நீலமேகம் அண்ணன் பெயரைச் சொன்னால் எல்லோரும் 'ஆ'ன்னு வாயைப் பிளப்பாங்க. அவரு மகன் கௌதம். வெளிநாட்டில் படிச்சுட்டு வந்தது. கோயம்புத்தூரில் மில், ஊட்டியில் எஸ்டேட். இந்தப் பொள்ளாச்சியில் கண்ணுக்கெட்டின தூரமெல்லாம் பண்ணை நிலமன்னு ஓஹோன்னு பிழைக்கிற பையன்.

தகப்பனில்லாத பிள்ளை. அவங்க அம்மாவுக்கு உன்னைப் பிடிச்சுப் போச்சுங்கிற ஒரே காரணத்திற்காக உன்னைக் கட்டிக்க சம்மதம் சொல்லியிருக்கு. அதைக் கட்டிக்கிட்டு மகாராணி போல் வாழ்றதை விட்டுவிட்டு மும்பையாம்... விளம்பரமாம்... கம்பெனியாம். குடும்பப் பொண்ணாய் லட்சணமாய் இரு."

"சித்தி, அந்தம்மா என்னை எப்போது பார்த்தாங்களாம்?"

"நம்ம ரேவதி கல்யாணத்திற்கு நீ வந்திருந்தபோது பார்த்திருக்கிறார்கள். பிடித்துப் போகவும் என்கிட்ட பெண் கேட்டார்கள். நானும் உங்க அப்பாகிட்டயும், சித்தப்பாகிட்டயும் இது பற்றிப் பேசினேன். கரும்பு தின்ன யாருக்குக் கசக்கும்? உங்க அப்பா உடனே சம்மதம் சொல்லிட்டார்.

                                    ஏதோ ஒரு நதியில்

இங்கே பார் பூஜா. கௌதம் உன்னை போட்டோவில் பார்த்ததுதான். அம்மா சொன்னதால் சரியென்று சொல்லிவிட்டது. தங்கமான பிள்ளை. அதைக் கட்டிக்க, நீ கொடுத்து வைத்திருக்க வேண்டும்...»

"எதைக் கொடுத்து வைத்திருக்கிறேன் சித்தி? என் எதிர்காலத்தையா?"

"கூடக் கூடப் பேசாமல் கிளம்புகிற வழியைப் பார்."

"சித்தி இது அநியாயம். அந்தக் காலத்தில்கூட சுயம்வரம் வைத்து மாப்பிள்ளையைத் தேர்ந்தெடுக்க பெண்ணுக்கு சான்ஸ் கொடுப்பார்கள். இப்போது அதுகூட இல்லையா? முன் பின் பார்த்து அறியாத ஒருவனுக்கு எப்படி சித்தி கழுத்தை நீட்டுவது? என் பியூச்சர் பிளானே வேறு. கோயம்புத்தூரில் குப்பை கொட்டுபவனுடன் நான் குடும்பம் நடத்த முடியுமா?"

"இங்கே பார். அது ஒன்றும் முன்பின் தெரியாத பிள்ளை இல்லை. என்ர பெரியப்பாவின் பேரன், என்ர அண்ணன் மகன்."

"உங்களுக்கு சொந்தமென்றால் எனக்குத் தெரிந்தவன் ஆகி விடுவானா?"

"அவன் இவன்னா அடித்துவிடுவேன். உனக்கென்ன தெரியும் என்ர அண்ணன் மகனைப் பற்றி? போ... போய்க் குளித்து விட்டுவா."

பூஜாவிற்கு என்ன செய்வதென்று தெரியவில்லை. அவள் குளித்து முடித்ததும் காத்திருந்த அழகு நிலையப் பெண்கள் அவளை அலங்கரித்தனர்.

பெண்ணழைத்துச் சென்ற கார்கள் கோயம்புத்தூரின் பிரசித்தி பெற்ற திருமண மண்டபத்திற்குள் நுழைந்தன. மணப்பெண்ணுக்கு ஆரத்தி எடுத்து உள்ளே அழைத்துப் போனார்கள். மணப்பெண்ணுக்கான அறையில் இருந்தவளை தேடி வந்து பார்த்தாள் வசுந்தரா.

பூஜாவின் முகத்தை நிமிர்த்தி நெற்றியில் அவள் அன்பாக முத்தமிட்டபோது, தாயில்லாத பூஜாவிற்குத் தாய்மை நிறைந்த வசுந்தராவை மிகவும் பிடித்துப் போனது.

'அதற்காக என் லட்சியத்தை நான் குழி தோண்டிப் புதைக்க முடியுமா?'

தன் மனதிற்குள் கேள்வி கேட்டுக் கொண்டாள் பூஜா. கடலை ஒரு குவளையில் அள்ள முடியுமா? காற்றை கைப்பிடிக்குள் அடக்க முடியுமா? விநாயகமும் சிந்தாமணியும் அதைத்தான் செய்ய முயன்றார்கள்.

ஏதோ ஒரு நதியில்

5

பெண்ணுக்கு நலங்கு வைத்தார்கள். அப்போதுதான் கெளதம் பூஜாவை முதன்முறையாகப் பார்த்தான். குனிந்த தலை நிமிராமல் அமைதியாய் நாற்காலியில் அமர்ந்திருந்தவளுக்கு எல்லோரும் நலங்கு வைத்து கன்னத்தில் சந்தனம் தொட்டு வைத்து விட்டுச் சென்றார்கள்.

பூஜா மனதிற்குள் புயலை அடக்கிக் கொண்டு வெளியே அமைதியாய் எனக்கென்ன என்று அமர்ந்திருப்பது தெரியாமல் அவளது அமைதியை அடக்கம் என்று பொருள் கொண்டான் கெளதம்.

ஏற்கனவே வந்தரா ஆசைப்பட்டவுடன் மும்பையில் ஒரு டிடெக்டிவ் ஏஜன்ஸி மூலம் பூஜாவைப் பற்றி விசாரித்தபோது அவனுக்குக் கிடைத்த ரிப்போர்ட் இப்படிக் கூறியது.

'பூஜா ஒரு நெருப்பு. அவள் இயல்பானவள். விளம்பரத் தொழிலில் வெற்றி பெற்றவள். நேர்மையானவள்.'

அவனுக்கு அது போதுமானதாக இருந்தது. தாயின் தேர்வு வேறு. சம்மதம் சொன்னான். இப்போது திருமணப் பெண்ணாக அவள் தலை குனிந்து அமர்ந்திருந்ததைக் கண்டதும் அவனுக்குள் புதிதாய் ஓர் உணர்வு உருவானது. அவளையே விழி அகற்றாமல் பார்த்துக் கொண்டிருந்தான்.

"என்ன மாப்பிள்ளை... எங்க பெண்ணை இப்பவே விழுங்கிவிடுவது போல் பார்க்கிறீங்க. நாளைக்குக் காலையிலேதான் கல்யாணம். மறந்து பெண் பின்னாலேயே போய் விடாதீங்க." தண்டாயுதபாணி அவன் தோளில் தட்டிச் சிரித்தார்.

சமாளிக்கும் புன்னகையுடன் அவரைப் பார்த்தாலும் கௌதமின் விழிகள் மீண்டும் பூஜாவிடமே தாவின. அவளுக்கு நலங்கு முடிந்து அழைத்துப் போய்க் கொண்டிருந்தார்கள்.

'இந்த ஒர் இரவுதானே...' தன்னைக் கட்டுப்படுத்திக் கொண்டவனாய் கௌதம் படுக்கப் போனான். தூக்கம் வரவில்லை.

காலையில் மாப்பிள்ளையாய் மணமேடையில் அமர்ந்திருக்கும் போது அவளை மணமேடைக்கு அழைத்து வருவதை கண் கொட்டாமல் பார்த்துக் கொண்டிருந்தான்.

'ஏன் நிமிர்ந்து பார்க்க மாட்டேன் என்கிறாள். என்னதான் அல்ட்ரா மாடர்ன் யுவதியாக இருந்தாலும் இந்தியப் பெண்களுக்கே உரிய இயல்பான நாணம் இவளுக்கு இவ்வளவு இருக்கிறதா?'

அவன் அருகில் வந்து அமர்ந்தாள். கௌதம் இயல்பாய் நகர்ந்து அவளுடன் ஒட்டி அமர்ந்தான். அவள் அதை உணர்ந்தாளோ என்னவோ, அவளது உடலில் ஒர் நடுக்கம் பரவியதை கௌதமால் உணர முடிந்தது. கெட்டி மேளம் ஒலிக்க தாலியை எடுத்து பூஜாவின் கழுத்தில் கட்டினான் கௌதம்.

அவளது தளிர் விரல்களைப் பிடித்து அக்கினியை வலம் வரும்போது மெதுவாக அவளது விரல் தொட்டு அழுத்தினான். அவளது உடலில் மீண்டும் ஒர் அதிர்வு ஏற்பட்டதை அவனால் அறிய முடிந்தது.

திருமண மேடையை விட்டு இறங்கிய மணமக்கள் வசுந்தராவிடம் போய் ஆசீர்வாதம் வாங்கினார்கள். வசுந்தரா நெகிழ்வாய் மருமகளை அணைத்துக் கொண்டாள்.

'இந்த அம்மாள் இவ்வளவு பாசத்தைக் காட்ட வேண்டாமே!'

பூஜாவின் உள்ளம் தவித்தது. அவளால் இங்கே இருக்க முடியாது. அவள் ஏற்றுக் கொண்ட வேலைகளை முடிக்க, குறைந்தது ஒரு வருடமாவது ஆகும். விருப்பமில்லாத திருமண உறவில் சிக்கி அடையாளமில்லாமல் தன்னை மாற்றிக் கொள்ள அவள் சிறிதளவும் விரும்பவில்லை.

ஏதோ ஒரு நதியில்

பூஜா அங்கிருந்து கிளம்பிவிட நேரம் பார்த்துக் கொண்டிருந்தாள். அதை அறியாத விநாயகம், தண்டாயுதபாணியிடமும் சிந்தாமணியிடமும் நிம்மதியாய் பேசிக் கொண்டிருந்தார்.

"என்னவோ மாமா... ஒரு வழியாய் கல்யாணம் முடிஞ்சிருச்சு. அம்மிணி ஊடால எதுவும் கிரித்துருவம் பண்ணிருமோன்னு மனசு பக்கு பக்குன்னு அடிச்சுக் கிட்டு இருந்துச்சு. நல்ல வேளையாய் அப்படி எதுவும் நடக்கவில்லை. இனிமேக்கொண்டு நாம நிம்மதியாய் கண் அசரலாம். நேற்று ராத்திரி ஒரு பொட்டு கண்ணுறக்கம் இல்ல."

"ஆமாம் சிந்தாமணி... இவ்வளவு பெரிய இடத்தில் அம்மிணிக்கு மாப்பிள்ளை அமைந்திருக்கு. எங்கே கூறு கெட்டத்தனமாய் கல்யாணத்திற்கு முன்னாலேயே மும்பைக்கு ஓடிப் போயிடுமோன்னு பயந்துக்கிட்டு வெளியே தெரியாமல் காவலுக்கு ஆள் போட்டு கண்காணித்துக்கிட்டு இருந்தேன். இனி அந்தப் பயலுகளை போகச் சொல்லி விடலாம். கல்யாணம் நல்லபடியாய் முடிஞ்சிருச்சு. இனி ஒரு பயமும் இல்லை."

"எனக்கும் அப்படித்தான் அண்ணா. சிந்தாவுடைய அண்ணனின் குடும்பம். நல்ல மாதிரியான குடும்பம். நம்ப பொண்ணு அங்கே வாழ்க்கைப்பட்டுப் போனால் கடைசி வரை அருமை பெருமையாய் இருக்கும். என்னதான் நாம் கோடீஸ்வரங்களா இருந்தாலும் அவங்களுக்கு நிகரில்லை. இதைத் தெரியாம அம்மிணி இப்படி சண்டை போடுதேன்னு நினைச்சேன். இனி நிம்மதியாய் நாம நம்ம வேலைகளைப் பார்க்கலாம். ஒரு பயமுமில்லை."

'பயமேயில்லை... பயமேயில்லை' என்று அவர்கள் பேசி முடித்துவிட்டு நண்பகல் விருந்தையுண்டு விட்டு கண் அயர்ந்த நேரத்தில் பூஜா திருமண மண்டபத்தை விட்டுக் கம்பி நீட்டியிருந்தாள்.

மாலை ரிசப்ஷனுக்கு அவளைத் தயார் செய்ய எல்லோரும் அவளைத் தேடிய போது மும்பை நோக்கி வானத்தில் பறந்து கொண்டிருந்தாள். மணமகளின் அறையில் கட்டிலின் மேலிருந்த கடிதத்தைக் கண்ட அழகு நிலையப் பெண்கள் அதை எடுத்துப்

படித்துப் பார்த்துவிட அடுத்த நிமிடம் திருமண மண்டபத்தில் இருந்த அனைவருக்கும் விஷயம் பரவிவிட்டது.

'கல்யாணப் பொண்ணு ஓடிப்போயிட்டாளாம்...'

'கல்யாணத்தில் இஷ்டமில்லையாம்...'

'வேறு யாரு கூடவோ காதலாம்...'

'தாலியை அவிழ்த்து வைத்து விட்டுப் போயிட்டாளாம்...'

'வெளிநாட்டில் ஏற்கனவே அவளுக்கு கல்யாணம் ஆகி புருசன் இருக்கிறானாம்...'

செய்தி கண், காது, மூக்கு வைத்து உருமாறி சிறகடித்துப் பறந்தது. அடுத்த ஒரு மணி நேரத்திற்குள் கோயம்புத்தூர் முழுவதும் தகவல் ஒளிபரப்பப்பட்டது.

கௌதமின் செல்போனும் வசுந்தராவின் செல்போனும் இடைவிடாது அலற எல்லோரும் திருமண வரவேற்பில் கலந்து கொள்ள வந்தது போல் வந்து வேடிக்கைப் பார்த்துவிட்டு திருமணத்தை விசாரிக்காமல், துக்கம் விசாரித்துவிட்டுச் சென்றனர்.

வசுந்தரா மயக்கமடைந்து விழுந்தாள். அவளை உடனே மருத்துவமனையில் சேர்த்தார்கள். சிந்தாமணி குடும்பத்தை மறந்து வசுந்தராவுடன் தங்கிவிட்டாள்.

"என்னால்தானே என்ற அண்ணிக்கு இப்படி ஆகிப் போச்சு. நம்ம நாத்தனாரோட மச்சான் மகள்ன்னு நினைச்சுத்தானே என்ற அண்ணி நம்ம வீட்டில் பொண்ணு கட்டுச்சு. என்ற அண்ணியை இந்தக் கதிக்கு ஆளாக்கிய பாவி நான்தான். இதுக்கு பரிகாரமும் நான்தான் செய்யோணும். எப்ப என்ற அண்ணிக்கு குணம் ஆகுதோ அன்னைக்கு நான் நம்ம வீட்டுக்கு வருகிறேன்." தண்டாயுதபாணியின் முகத்தைப் பார்த்துக் கூறினவள் விநாயகத்திடம் பேசவேயில்லை.

அவள் மட்டுமல்ல. தண்டாயுதபாணியும் அண்ணனுடன் பேசுவதைத் தவிர்த்தார். விநாயகம் சோர்ந்துபோய் பொள்ளாச்சியிலிருந்த அவரின் வீட்டோடு அடங்கிவிட்டார்.

மகளிடம் போனில் பேசவுமில்லை. பூஜாவும் அதன் பின்னால் அவரோடு தொடர்பு கொள்ளவும் இல்லை.

கௌதம் அனைத்தையும் ஒதுக்கி வைத்துவிட்டு வேலையில் மூழ்கினான். வசுந்தராவின் உடல்நிலை நாளுக்கு நாள் மோசமானதே ஒழிய தேறவே இல்லை. திருமண மண்டபத்தில் இருந்து மருத்துவமனைக்குச் சென்றவள், வீடு திரும்ப முடியாமல் அவளது உடல் நலம் சீர் கெடடைந்திருந்தது. மருத்துவமனையில் இருந்தவளை நாள்தோறும் போய் பார்த்த கௌதமிடம் எதையோ சொல்லத் தவிப்பாள். சொல்ல முடியாமல் திணறுவாள். தாயின் மன வேதனை புரிந்தும் குறைக்க வழியில்லாமல் கௌதம் நொந்து போனான்.

வசுந்தராவின் மனவேதனை தீராமல் அவளது நோய் குறையாது என்று டாக்டர் திட்டவட்டமாய் கூறிய பின்பு வேறு வழியில்லாமல் கௌதம் பூஜாவைத் தேடிக் கிளம்ப வேண்டியதாகிவிட்டது. தாயை வீட்டிற்கு அழைத்து வந்து வாக்குறுதியும் அளித்து சிந்தாமணியின் மேற்பார்வையில் விட்டுவிட்டு மும்பைக்குப் பறந்தான்.

ஸ்டார் ஹோட்டல் ஒன்றில் ரூம் போட்டுக் குளித்து உடை மாற்றிவிட்டு அவளது அட்வர்டைஸிங் கம்பெனிக்குப் போனான். அவள் வேலையில் தீவிரமாக இருந்தாள். அவளது செயலாளரை அழைத்து அவளைப் பார்க்க வேண்டும் என்று சொன்னான்.

"மேடம் இஸ் பிஸி..." என்று பதில் வந்தது.

"ஸோ வாட்? ஐ ஆம் வெயிட்டிங் பார் ஹெர்."

அவன் அங்கிருந்த சோபாவில் அமர்ந்து கால் மேல் கால் போட்டுக் கொண்டான்.

அவனது நடையுடை பாவனை தோற்றம் இவற்றால் கவரப்பட்ட அந்தச் செயலாளர் அவனை சுவாரஸ்யமாய் பார்த்தாள். பதிலுக்கு அவன் கல்லையும் மண்ணையும் பார்ப்பது போல் அவளையும் ஒரு பார்வை பார்த்து வைத்தான்.

'இது வேலைக்கு ஆகாது' என்ற முடிவுடன் அவள் பூஜாவைத் தேடிப் போனாள். இவனது வருகையை அறிவித்தாள். பூஜா எரிச்சலுடன் இவனைத் திரும்பிப் பார்ப்பது தெரிந்தது. அலட்சியத்துடன் அவள் வேலையில் மூழ்கியும்விட்டாள்.

"மேடம் வேலை முடியாமல் யாரையும் பார்க்க முடியாதுன்னு சொல்லி விட்டாங்க." செக்ரட்டரி வந்து கூறினாள்.

"இட்ஸ் ஓ. கே." அவன் அமர்த்தலாய் பதில் கூறினான்.

வேலை முடிய மாலையாகிவிட்டது. அதுவரை கௌதம் அமர்ந்திருந்த இடத்தை விட்டு அசையவில்லை. பூஜாவின் நடமாட்டத்தையே பார்த்துக் கொண்டிருந்தான். கண்ணியமான உடை, கண்டிப்பான முக பாவம், நேர்த்தியான படப்பிடிப்பு, சுறுசுறுப்பான செயல்பாடு என்று அவளின் அனைத்து அம்சங்களும் அவனைக் கவர்ந்தன.

வேலை முடிந்து களைத்த முகத்துடன் அவனை அவள் எதிர்கொண்ட போது, ஏனோ அவள் மீது அவனுக்குக் கோபம் வரவில்லை.

"நீங்கள் யார்?" என்று கேட்டாள்.

சொன்னான். அவள் வாயடைத்துப் போய் அமர்ந்துவிட்டாள். அவனை அவள் பார்த்ததில்லை. அன்று நடந்த ஒரு நாள் திருமண நிகழ்வுகளில் எப்படி அங்கிருந்து தப்பிப்பது என்ற சிந்தனையில் இருந்தவள் அவனது முகத்தைப் பார்த்து வைத்துக் கொள்ள மறந்தே போனாள். அவன் அவளது கணவன் என்ற நினைவோ, உணர்வோ அவள் மனதில் தோன்றியதே இல்லை.

இயல்பாய் ரத்தத்தில் ஊறிய தமிழகக் கலாச்சாரத்தின் பண்பாடு அவளது மனத்தை உறுத்த, மாங்கல்யத்தை ஒரு செயினில் கோர்த்து சுடிதாருக்குள் மறைவாய் போட்டுக் கொண்டாள். அந்தச் செயின்கூட தாலிக்கொடி போன்ற அமைப்பில் இருக்காது. டிசைனாய் இருக்கும்.

இதுவரை அவள் திருமணம் ஆனவள் என்பது யாருக்கும் தெரியாது. அவளே மறந்துபோனதை நினைவுபடுத்திக் கொண்டு நிஜமாய் அவளது கணவன் எதிரே வந்து நிற்கிறான்.

   ஏதோ ஒரு நதியில்

'இப்போது என்ன செய்வது?' பூஜா யோசித்தாள்.

'இத்தனை நாட்களாய் தேடி வராதவன் ஒரு வருடம் கழித்து எதற்கு வந்திருக்கிறான்? ஒருவேளை, விவகாரத்திற்கு ஒரு வருடம் காத்திருக்க வேண்டும் என்பதால் ஒரு வருடம் காத்திருந்து, இப்போது டைவர்ஸ் கேட்டு வந்திருக்கிறானோ?'

நினைத்துப் பார்க்கும்போதே அவளுக்கு மனம் வலித்தது. ஆனாலும் என்ன செய்ய முடியும்? அவளுக்கு திருமண வாழ்வில் நாட்டமில்லையே. அப்பா கொஞ்சம் பொறுமையாய் இருந்திருக்கலாம். இப்படி ஒரு திருமண பந்தத்தை அவள் மேல் அவளது விருப்பமில்லாமல் திணித்துவிட்டாரே!

விலகி ஓடி வர வேண்டிய கட்டாயம்; விலகி வந்துவிட்டாள். இந்தத் திருமண பந்தத்தில் சிக்குண்ட இன்னொரு மனிதனின் நிலையைப் பற்றி அவள் யோசிக்கவே இல்லை. அவனை நினைத்துப் பார்த்ததே இல்லை என்கிறபோது அவனது நிலையைப் பற்றி எங்கே அவள் யோசிப்பது?

அவன் மௌனமாக அவளது முகத்தையே பார்த்துக் கொண்டிருந்தான். அவளது எண்ணவோட்டத்தைப் படிப்பது போல அவனது விழிகள் அவளது விழிகளுக்குள் ஊடுருவின. அவர்களைச் சூழ்ந்திருந்த மௌனத்தின் கனத்தைத் தாங்க முடியாமல் பூஜாவே வாய் திறந்து அந்த மௌனத்தைக் கலைத்தாள்.

"ஐ ஆம் ஸாரி."

"எதற்கு?"

அவனது கேள்வியில் ஒரு கோடி அர்த்தங்கள் புதைந்திருந்தன. பூஜா குற்றவாளியாய் தவித்தாள்.

"எல்லாவற்றிற்கும்…"

"ஊஹூம்… 'ஸாரி' என்ற ஓரே வார்த்தையில் அத்தனையும் சரியாகி விடுமா? அது அவ்வளவு எளிதா?"

"இல்லைதான். ஆனால் நான் வேறு என்ன செய்ய முடியும்?"

"எவ்வளவோ முடியும். முதலில் ஓர் உயிரைக் காப்பாற்ற முடியும். உயிர்... விலை மதிக்க முடியாத மனித உயிர்!"

அவள் பதறிப் போனாள்.

"அப்பா... அப்பாவிற்கு என்ன ஆனது?"

அவன் கோபமாய் நகைத்தான். இதுவரை அவனிடம் குடிகொண்டிருந்த அமைதி பறந்து போயிருந்தது. அவன் முகத்தில் எல்லையற்ற வெறுப்பும் சினமும் தோன்றின. ஓராண்டு காலமாய் அவனது மனதில் புதைந்திருந்த கேள்விகள் எரிமலையாய் வெடித்துச் சிதறின.

—◦◦◦—

ஏதோ ஒரு நதியில்

6

கனவிலும் பிறருக்கு தீங்கு நினைக்காதவள்தான் பூஜா. ஆனால் இன்று அவள் மிகப் பெரிய தீங்கை விளைவித்துவிட்ட பழியை ஏற்க நேர்ந்தது. அவள் பதைத்துப் போனாள்.

கோபத்துடன் நகைத்த கெளதம் கூறினாள்.

"குட்... வெறிகுட். உனக்கு நன்றாக உடல் நலத்தோடு இருக்கும் உன் அப்பாவைப் பற்றித்தான் கவலை. எவ்வளவு சுயநலமானவள் நீ? சாகக்கிடப்பது உன் அப்பா அல்ல. அவர் மூன்று நேரமும் மூக்குப் பிடிக்கச் சாப்பிட்டுவிட்டு கல்லுக்குண்டு போல் சுகமாய் உலாவிக் கொண்டிருக்கிறார்.

சாகக் கிடப்பது என் அம்மா. உன்னைப் பார்த்தவுடன், 'பிடித்துவிட்டது' என்று நினைத்து பெண் கேட்ட ஒரே பாவத்திற்காக என் அம்மா உயிருக்கு மன்றாடிக் கொண்டிருக்கிறார்கள். என் அம்மா என்ன தவறு செய்தார்கள்? உன் அப்பாவிடம் முறைப்படி பெண் கேட்டார்கள். அது தவறா?

கல்யாணப் பெண்ணிடம் சம்மதம் கேட்க வேண்டிய கடமை யாருக்கு இருக்கிறது? உன் அப்பாவிற்குத்தான் அந்தக் கடமை இருக்கிறது. எங்களுக்கு என்ன வந்தது? இத்தனை செய்தவள் என்னிடம் ஒரு வார்த்தை சொல்லியிருந்தால் கல்யாணத்தை நிறுத்தியிருப்பேன். அதை விட்டுவிட்டு ஊரை விட்டு ஓடி வந்துவிட்டாயே!

அங்கு ஊரில் உன்னைப் பற்றிய பேச்சு என்ன தெரியுமா? நீ வெளிநாட்டில் எவனோடோ குடித்தனம் பண்ணிக் கொண்டிருந்தாயாம். அவனிடம் ஓடிப்போய் விட்டாயாம்."

"ரப்பிஷ்!"

"ரப்பிஷ்? போ... போய் ஊரில் இருக்கும் ஒவ்வொருவனையும் பிடித்து நிறுத்தி இந்த வார்த்தையைச் சொல்லு. படித்திருக்கிறாளாம் படிப்பு, இதுவா உன் படிப்பு?"

"நான் ஒரு லட்சியத்தோடு இருக்கிறேன்."

"பொறுப்பைத் தட்டிக் கழித்துவிட்டு ஓடி வந்த உனக்கு லட்சியத்தைப் பற்றிப் பேச என்ன தகுதி இருக்கிறது? அடுத்தவர் தலையில் சுமையை ஏற்றி வைத்துவிட்டு நீ மட்டும் சுதந்திரமாய் வாழலாம் என்று வந்தவளுக்கு என்ன குறிக்கோள் இருக்கப் போகிறது? நீ தன்னிச்சையாய் வாழ வேண்டும் என்ற ஆசையுள்ளவள் என்பதைத் தவிர?"

பூஜா பல்லைக் கடித்தாள். 'ஏதோ தன் மீது மட்டுமே தவறு இருப்பது போல் இவ்வளவு இழிவாகப் பேசுகிறானே. இவன் மட்டும் போட்டோவைப் பார்த்துவிட்டுத் தாலிகட்ட வரலாமா?'

"வந்தால் என்ன தப்பு?" என்று அவன் கேட்டான்.

"நான் உன்னை ஏமாற்றினேனா? இல்லை என் தாயின் வார்த்தைகளை மீறினேனா? ஓர் ஆண், நானே எனது பெற்ற தாயின் வார்த்தைகளுக்கு கட்டுப்படும்போது பெண்ணான நீ உன் அப்பாவின் வார்த்தைகளுக்குக் கட்டுப்படுவாய்ன்னு நினைத்தது எங்கள் தவறில்லை."

"ஆண் என்றால் உயர்த்தியா? பெண் என்றால் மட்டமா? 'நான் ஒரு ஆண்' என்ற ஆணவத்தோடு பேசுகிறீர்களே! நீங்கள் அந்தக் கல்யாணத்திற்கு உடன்பட்டால் நானும் உடன்பட வேண்டுமென்ற கட்டாயம் எதுவும் இருக்கிறதா?"

"அழகாய் நியாயம் பேசுகிறாய்? பாரம்மா... ஆணுக்கு ஒரு நியாயம், பெண்ணுக்கு ஒரு நியாயம் என்ற கணக்கில் நான் இந்த வார்த்தைகளைக் கூறவில்லை. காலம் காலமாய் கல்யாணத்தையும் தாலியையும் மதிக்கும் பெண்கள் நம் பெண்கள். ஆண்கள்தான் அந்தக் கட்டுக்குள் அடங்க மறுத்து ஓடுபவர்கள்.

ஏதோ ஒரு நதியில்

இதுவரை குடும்பத்தை விட்டு ஓடிப் போனது யார் என்று கணக்கு எடுத்துப் பார். பெண்களின் எண்ணிக்கையையைவிட ஆண்களின் எண்ணிக்கை பல மடங்கு அதிகமா இருக்கும். நம் விசயத்தில் கதையே மாறியிருக்கிறதே!

காலையில் தாலியைக் கழுத்தில் வாங்கிக்கொண்டு, மதியம் அதை அவிழ்த்து எறிந்துவிட்டு மும்பைக்கு பறந்த உன்னைப் போய் நல்ல குடும்பத்துப் பெண்ணென்று நினைத்து எனக்குக் கல்யாணம் பண்ணி வைத்துவிட்டார்களே! அந்தக் கொடுமையை நினைத்து, நினைத்துத்தான் என் அம்மா உயிருக்குப் போராடிக் கொண்டிருக்கிறார்கள்."

பூஜா குறுகிப் போனாள். அவளை நல்ல குடும்பத்துப் பெண்ணில்லையென்று இவன் கூறிவிட்டானே!

"அபாண்டமாய் பேசாதீர்கள். யார் தாலியை அவிழ்த்து எறிந்துவிட்டு வந்தது? இதோ பாருங்கள், நீங்கள் கட்டிய தாலி என் கழுத்தில் தொங்குகிறது." பூஜா சுடிதாருக்குள் கிடந்த தன் கழுத்துச் செயினைத் தூக்கிக் காட்டினாள். அதில் மாங்கல்யம் கோர்க்கப்பட்டிருந்தது.

கௌதமின் முகம் மாறியது. அவன் இதை எதிர்பார்க்கவில்லை. அவனது மனக் கொதிப்பு சற்றுக் குறைந்தது. ஆனாலும், 'இவள் செய்தது சரியா?'

"இது யாருக்குத் தெரியும்? சொல்லு... யாருக்குத் தெரியும்?"

"என் மனச்சாட்சிக்குத் தெரியும். நான் நேர்மையானவள்."

"டோன்ட் பிஹேவ் லைக் எ சைல்ட் பூஜா. கொஞ்சமாவது மெச்சூரிட்டி மைன்டோடு பேசு. நாம் சமூகத்தில் வாழ்கிறோம். தனித்து வாழவில்லை. நீ மும்பையில் இருந்தாலும் உனது வேர் கோயம்புத்தூரில் இருக்கிறது. போன வருடம் வரை நீ விநாயகத்தின் மகள். அதற்குப் பிறகு சாகும்வரை நீ கௌதமின் மனைவி. வசுந்தராவின் மருமகள். இதை மறந்துவிடாதே."

"நான் பூஜா என்ற என் தனித்தன்மை என்ன ஆவது?"

"நீ தனி இல்லை. என் மனைவி."

"என் மனம் அதை ஏற்க வேண்டாமா?"

"இப்படி மும்பைக்கு ஓடிவந்து, உன் வேலையில் மூழ்கிவிட்டால் எப்படி அதை ஏற்கும்? என்னுடன் இருந்து வாழ வேண்டாமா? அதுதானே உன் கடமை?"

"என் கடமைக்காக என் சுய அடையாளத்தை இழக்க வேண்டுமா? இந்த அட்வர்டைஸிங் கம்பெனி என் கனவு. இதில் ஜெயித்துக் கொண்டிருக்கிறேனே!"

"ஆனால் உன் சொந்த வாழ்க்கையில் தோற்றுக் கொண்டிருக்கிறாயே. அது உன் புத்தியில் ஏன் ஏறவில்லை?"

"என் தொழில்தான் என் வாழ்க்கை."

"தொழிலுக்காக உனது வாழ்வைப் பலியாக்கு... ஊரான் வாழ்வை ஏன் பலியாக்குகிறாய்?"

"நான் பலியாக்கவில்லை. எனக்குத்தான் அந்தக் கல்யாணத்தில் விருப்பமில்லையே!"

"இதோ பார்... நீ விரும்பினாலும் விரும்பாவிட்டாலும் கல்யாணம் நடந்து விட்டது. நீ என் மனைவி. அதுதான் நிஜம். உனது செயல்களால் என் கௌரவம் பாதிக்கப்பட்டிருக்கிறது. என் அம்மா சாகக் கிடக்கிறார்கள். அதை சரி செய்யப் பார். அதை விட்டுவிட்டு விதண்டாவாதம் பண்ணிக் கொண்டிருந்தால் இந்த கௌதமின் இன்னொரு முகத்தையும் நீ பார்க்க வேண்டியிருக்கும்."

"மிஸ்டர் கௌதம் உங்களுடைய கோபம் அர்த்தமற்றது. நான் எந்த வகையில் உங்களுக்கு ஏற்பட்டிருக்கும் பாதிப்பை நிவர்த்தி பண்ண வேண்டும் என்று எதிர்பார்க்கிறீர்கள்? நஷ்ட ஈடாய்ப் பணம் ஏதாவது கொடுக்க வேண்டுமா?"

"பணம்?" கௌதம் பயங்கரமாய்ச் சிரித்தான்.

"எனக்கு நஷ்ட ஈடு கொடுக்கப் போகிறாயா? எதற்கு நஷ்ட ஈடு கொடுக்கப் போகிறாய்? என் கௌரவத்திற்கா, என் மன நிம்மதி பறி போனதற்கா, இல்லை என் அம்மாவின் உடல் நலம்

குறைந்து அவர்கள் உயிரைப் பிடித்துக் கொண்டிருக்கிறார்களே அதற்கா?

இவற்றையெல்லாம் பணத்தைக் கொடுத்து சரி பண்ணிவிட முடியுமா? இவையெல்லாம் விலை மதிக்க முடியாது. நீ பணத்தால் விலை பேசுகிறாய். தெரியாமல்தான் கேட்கிறேன். என்னைப் பற்றி உனக்கென்ன தெரியும்?

என் சொத்துக்களின் அளவும் மதிப்பும் உனக்குத் தெரியுமா? ஒரு சுண்டைக்காய் அட்வர்டைஸிங் கம்பெனியை வைத்துக் கொண்டு, எனக்கு நீ பணம் கொடுக்கப் போகிறாயா? உன் கம்பெனி போல் ஆயிரம் கம்பெனிகளை சேர்ந்தாலும் எங்கள் சொத்தில் நூறில் ஒரு பங்குகூட வர முடியாது தெரியுமா? என்னவோ பணம் கொடுக்கிறாளாம் பணம். யாருக்கு வேண்டும் உன் பணம்?"

கௌதமின் முகம் ரத்தமாய்ச் சிவந்திருந்தது. அவனது கண்களில் பொங்கிய கனலைப் பார்த்த பூஜா பயந்துபோனாள். அவள் உடல் நடுங்கியது. அந்த நடுக்கத்தில் என்ன பேசுகிறோம் என்று தெரியாமலே வாய் விட்டுவிட்டாள்.

"வேண்டுமானால் நான் உங்களுக்கு டைவர்ஸ் கொடுத்து விடுகிறேன்."

அவள் சொல்லி வாய் மூடுமுன், "ஏய்..." என்ற கூச்சலுடன் எழுந்த கௌதம் அவளது கழுத்தை ஒற்றைக் கையில் பிடித்து இறுக்கி விட்டான். பூஜாவிற்கு மூச்சுத் திணறியது. சத்தம் கேட்ட ரூபா அறைக்குள் ஓடி வந்தாள். அவள் கண்ட காட்சியில் பயந்து போய் அலறிவிட, அங்கிருந்த மற்றவர்கள் வந்து சூழ்ந்து கொண்டார்கள். கௌதமின் கரத்தைப் பிரிக்க முடியாமல் பிரித்தார்கள். பூஜா பேச்சு வராமல் இருமினாலும் எல்லோரையும் போகச் சொல்லி சைகை செய்தாள்.

"மேடம்..." ரூபா தயங்கினாள்.

"ப்ளீஸ் கோ அவே. டோன்ட் டிஸ்டர்ப்."

இருவரையும் விநோதமாகப் பார்த்துக் கொண்டு அனைவரும் அவர்களுக்குள் ரகசியமாய்க் கிசுகிசுத்தவாறு கலைந்து

சென்றனர். இன்னும் சற்று நேரத்தில் இந்தச் செய்தி மும்பையின் விளம்பரப் பட நிறுவனங்களின் வட்டாரத்தில் பரவிவிடும் என்பதை உணர்ந்த பூஜா, முதலில் கொஞ்சம் தண்ணீரைக் குடித்துவிட்டு யோசித்தாள். அடுத்து கௌதமைப் பார்த்துக் கேட்டாள்.

"என்னைக் கொல்லுவதுதான் உங்கள் நோக்கமா?"

"என் அம்மா பிழைக்க வேண்டும். இப்போதைக்கு அதுதான் என் முதல் நோக்கம்."

"அதற்கு நான் என்ன செய்ய வேண்டும்?"

"என்னுடன் கோயம்புத்தூர் கிளம்பி வரவேண்டும்."

"வந்து? உங்களுடன் குடும்பம் நடத்த வேண்டுமா?"

"குடும்பம் நடத்துவது போல் நடிக்க வேண்டும்."

"நடிக்க வேண்டுமா?"

"ஆமாம்... நடிக்க வேண்டும். நீதான் பெரிய விளம்பரப் பட டைரக்டராயிற்றே. நடிக்கச் சொல்லியா தர வேண்டும்?"

பூஜாவின் முகம் கறுத்தது. ஆயினும் சமாளித்துக் கொண்டு கேட்டாள்.

"எத்தனை நாள் அப்படி நடிக்க வேண்டும்?"

"என் அம்மா குணமாகி எழுந்து நடமாடும் வரை..."

"அதற்குப் பின்...?"

"அதை அப்போது யோசிக்கலாம்."

"மிஸ்டர் கௌதம்... நான் விரும்பாத கல்யாணமென்றாலும் என்னால் உங்களுக்கு ஏற்பட்டுவிட்ட துன்பங்களைச் சரி செய்யவே நான் உங்களுடன் கிளம்பி வருகிறேன். மற்றபடி வேறு எந்தவித எண்ணமும் எனக்கு இல்லை."

"கட்டிய தாலியை மதிக்காமல் ஊரை விட்டு ஓடிப் போகும் உன்னைப் போன்ற ஒருத்தியின் மேல் எனக்கும் எந்தவித எண்ணமும் தோன்றிவிடாது. அலட்டிக் கொள்ளாதே."

  ஏதோ ஒரு நதியில்

'எப்படிப் பேசுகிறான்?'

பூஜா பதில் பேசாமல் ரூபாவை அழைத்தாள். அவள், "எஸ் மேடம்..." என்று வந்து நின்றாள்.

"நாம் கமிட் ஆகியிருந்த எல்லா அட்வர்டைஸ்மெண்ட்களையும் முடித்துக் கொடுத்தாகிவிட்டதா?"

"முடிந்துவிட்டது மேடம். இன்று எடுத்ததை எடிட் பண்ணி ஃபைனலைஸ் பண்ண வேண்டும்."

"அதை நீ பார்த்துக் கொள்..."

"புதிதாய் கமிட் ஆகியிருக்கும் விளம்பரங்களுக்கு என்ன செய்வது?"

"அந்தக் கம்பெனிகளை அழைத்து அட்வான்ஸைத் திருப்பிக் கொடு."

"ஏன் மேடம்?"

"சொன்னதைச் செய். உனக்கு ஒரு வருடத்திற்கான மொத்தச் சம்பளமும் கொடுத்திருக்கிறேன். இதோ செக்... வேறு எங்காவது வேலையைத் தேடிக் கொள். மற்றவர்களையும் வரச் சொல்."

பூஜா அதிவிரைவாய்ச் செயல்பட்டாள். கௌதமின் கண் முன்னாலேயே வாங்கியிருந்த முன் பணங்களைத் திருப்பிக் கொடுத்தாள். கம்பெனி ஊழியர்களுக்கு ஒரு வருட சம்பளப் பணத்தைச் செக்காய்க் கொடுத்து கணக்கை முடித்து அனுப்பினாள். எல்லாவற்றையும் முடித்துவிட்டு அலுவலகச் சாவியை ரூபாவிடம் கொடுத்து, "இங்கேயிருக்கும் மீதி வேலைகளை முடித்துவிட்டு, சாவியை எனக்கு அனுப்பி வைத்துவிடு" என்றாள்.

"அட்ரஸ் மேடம்?"

பூஜா வாயைத் திறக்குமுன்னர் கௌதம் வாயைத் திறந்தான். அதனால் அதுவரை திறக்காத பூஜாவின் சொந்த வாழ்வின் கதையின் கதவு திறந்தது. உலகிற்கு உண்மை வெளிப்பட்டது.

<hr>

7

"மிஸ் ரூபா... அட்ரஸை சொல்கிறேன். நோட் பண்ணிக் கொள்ளுங்கள்." கௌதம் கூற, ரூபா திகைத்தாள்.

"சார்... நான் மேடத்துடைய அட்ரஸைக் கேட்டேன்."

"நானும் அவர்களுடைய அட்ரஸைத்தான் சொல்கிறேன்."

"உங்களுக்கு எப்படி அவங்க அட்ரஸ் தெரியும்?"

"எனக்குத் தெரியாமல் வேறு யாருக்குத் தெரியும்?"

"என்ன சொல்கிறீர்கள் சார்?"

"ஷி இஸ் மை வொய்ப்."

"வாட்!"

ரூபா ஆச்சர்யத்தில் வாய் பிளந்தாள்.

'அதனால்தான் அவ்வளவு உரிமையாய் கழுத்தில் கை வைத்தானா? பின் ஏன் மேடம் அவனைக் கண்டும் காணாதது போல் இருந்தார்கள்?'

பூஜா தலையில் கை வைத்துக் கொண்டாள்.

"நோட் பண்ணிக் கொள்ளுங்கள், மிஸ் ரூபா."

"ஓ. கே. சார்..." அவள் நோட்டும் பேனாவுமாக தயார் ஆனாள்.

"மிஸஸ் பூஜா கௌதம்,

வொ. ஆப். கௌதம்.

கௌதம் ஸ்பின்னிங் மில்,

கோயம்புத்தூர்.

ஓ. கே.?"

ரூபா வெளியேறினாள். பூஜா தலையில் கை வைத்தவாறு அமர்ந்திருந்தாள். மௌனமாய் அவளை வேடிக்கை பார்த்தான் கௌதம். அவனது பார்வையைக் கண்டவள் முறைத்தாள். அவன் ஏதுமறியாதவன் போல் புருவம் உயர்த்தினான்.

"இப்போது... திருப்திதானா?"

"எதற்காக நான் திருப்திப்பட வேண்டும்?"

"ஊருக்கே விஷயத்தை பரப்பிவிட்டீர்கள்."

"உண்மையைத்தானே பரப்பினேன்? பொய்யில்லையே."

"எல்லோரும் என்னை என்ன நினைப்பார்கள்?"

"நீ செய்துவிட்டு வந்த காரியத்தால் என்னை நினைத்தார்களே அதைவிட மோசமாய் நினைக்க மாட்டார்கள்."

கௌதம் கொடுத்த பதிலடியில் பூஜா வாயை மூடிக் கொண்டாள். இருவரும் எழுந்து வெளியே வந்து லிப்டிற்குள் நுழைந்தார்கள். லிப்ட் தரையைத் தொட்டதும் பூஜா நகரப் போனாள். கௌதம் கை பிடித்து நிறுத்தினான்.

"எங்கே ஓடப் பார்க்கிறாய்?"

"என் காரை எடுக்கப் போகிறேன்."

"அந்தக் கதையே வேண்டாம். அதற்குத்தான் ஒரு டிரைவரை கையோடு அழைத்துக் கொண்டு வந்திருக்கிறேன். நீ சாவியைக் கொடு அவன் உன் காரை எடுத்துக் கொண்டு வருவான்."

"கௌதம்... திஸ் இஸ் டூ மச். என் மேல் நம்பிக்கை இல்லையா?"

"நம்பிக்கையா? உன் மீதா? நம்பிக்கைக்கு உரியவளா நீ?"

பூஜா மீண்டும் வாய் மூடிக் கொண்டாள். கௌதமின் கை அசைவில் ஒருவன் அருகே வந்து நின்றான்.

"உன் கார் சாவியை அவனிடம் கொடு."

"காரை நான் அடையாளம் காட்ட வேண்டாமா?"

"தேவையில்லை. நீ காரை நிறுத்திவிட்டு வருவதை நாங்கள் பார்த்துக் கொண்டுதான் இருந்தோம்."

பூஜா கார் சாவியை அவனிடம் கொடுத்துவிட்டு கௌதமைப் பின்தொடர்ந்தாள். அவன் காரின் முன் பக்கக் கதவைத் திறந்து விட்டு, "ஏறு..." என்றான். ஏறிக்கொண்டாள்.

கார் கிளம்பியது. அவள் அபார்ட்மெண்டிற்குப் போகும் வழியைக் கூற முயல, "தெரியும்" என்றான் கௌதம்.

"தெரியுமா? எப்படி?"

"நீ உலகத்தின் எந்த மூலைக்குப் போனாலும் என் கண்ணில் படாமல் தப்ப முடியாது. நீ எங்கேயிருக்கிறாய். என்ன செய்கிறாய் என்ற அத்தனை விவரமும் எனக்குத் தெரியும்."

"தெரிந்துமா பேசாமல் இருந்தீர்கள்."

"ஆமாம்."

"இப்போது மட்டும் ஏன் வந்தீர்கள்?"

"என் அம்மாவிற்காக... நன்றாகக் கவனி. எனக்காக இல்லை."

பூஜா இதழ் கடித்துக் கொண்டாள். வசுந்தராவின் தாய்மை நிறைந்த முகமும் அணைப்பும் நினைவில் வந்தது. அவள் சாகக் கிடக்கிறாளா? குற்ற உணர்வுடன், "உங்கள் அம்மா எப்படியிருக்கிறார்கள்?" என்று கேட்டாள்.

"அதைத்தான் உன் காது குளிரச் சொன்னேனே. சாகக் கிடக்கிறார்கள்." அவனது கண்கள் லேசாய்க் கலங்கியது போல் அவளுக்குத் தோன்றியது.

"என்னால்தானே?" மனம் வலிக்கவும் கேட்டாள்.

"இல்லையென்று சொல்வேனென்று நினைத்தாயா? உன்னால்தான்..." அவன் இரக்கமில்லாமல் கூறினான்.

"ஸாரி..." அவள் அபத்தமாய் மன்னிப்புக் கேட்டாள். அவன் அவளைத் திரும்பி ஒரு துரும்பைப் பார்ப்பதுபோல் ஒரு பார்வை பார்த்தான்.

                                    ஏதோ ஒரு நதியில்

"இனி இந்த வார்த்தையைச் சொல்லாதே!"

"ஏன்?"

"சொல்ல உனக்கு எந்தவிதத் தயக்கமும் இல்லை. கேட்கும் எனக்குத்தான் எரிச்சலாக வருகிறது."

"நீங்கள் மிகவும் கடுமையாய்ப் பேசுகிறீர்கள்."

"பின் வேறு எப்படிப் பேசுவேன்? உன்னைக் கொஞ்சுவேன் என்று எதிர்பார்த்தாயா? நீ செய்த வேலைக்கு உன்னிடமெல்லாம் மதித்துப் பேசுவதே பெரிய விசயம்."

'இவனோடு பேசுவதைவிட வாயை மூடிக் கொள்வதே உத்தமம்' என்று தோன்ற, பூஜா மெளனமாய் ஜன்னல் பக்கம் திரும்பிக் கொண்டாள். அவளது அபார்ட்மெண்ட் வந்துவிட்டது.

"காரை எங்கு பார்க் பண்ண வேண்டும் என்று சொல்லு."

பூஜாவின் காரிலிருந்த டிரைவரிடம் பேசியவாறு கேட்டான் கெளதம். பூஜா கூறினாள். அந்த டிரைவர் பார்க் பண்ணிவிட்டு வந்து சாவியை நீட்டினான். கெளதம் வாங்கிக் கொண்டு அவனுக்குப் பணம் கொடுத்து அனுப்பினான்.

"தெரிந்தவனா?"

"தெரிந்தவரின் டிரைவர்."

அதற்கு மேல் பேசி ஏன் வம்பை விலை கொடுத்து வாங்க வேண்டுமென்று நினைத்தவள் பேசாமல் முன்னே சென்றாள். கெளதம் பின் தொடர்ந்தான். லிப்டில் ஏறி அவளது அபார்ட்மெண்ட் இருக்கும் தளத்தை அடைந்தார்கள்.

அபார்ட்மெண்ட் கதவைத் திறந்து உள்ளே சென்ற பூஜா, "உட்காருங்கள்" என்றாள்.

"நான் உட்கார வரவில்லை."

"நான் கிளம்ப வேண்டுமானால் என் துணிகளை பேக் பண்ண வேண்டும். அதற்கு நேரமாகும். அதுவரை நீங்கள் நிற்கப் போகிறீர்களா?"

பூஜா அவனது பதிலை எதிர்பார்க்காமல் பெட்ரும் கதவைத் திறந்து கொண்டு உள்ளே சென்றாள். கௌதம் அவளது முதுகைப் பார்த்து தோளைக் குலுக்கியவாறு ஹாலில் இருந்த சோபாவில் அமர்ந்தான். சுவரில் இருந்த கண்ணாடி ஷோகேஸில் நிறைய ஷீல்டுகள் இருந்தன. அவளது வெற்றிகளுக்கான பரிசுக் கோப்பைகள்.

'இவள் ஒரு சாதனையாளர்தான். அதில் சந்தேகமில்லை.'

கௌதம் சுவரைப் பார்த்தான். அழகான தஞ்சாவூர் பெயிண்டிங்கில் அன்னம் ஒன்று தமயந்தியிடம் நளனின் காதலை விளக்கித் தூது சொல்லிக் கொண்டிருந்தது.

"என்ன பார்த்துக் கொண்டிருக்கிறீர்கள்?" பூஜாவின் குரல் கேட்டது.

திரும்பிப் பார்த்தான். குளித்து வேறு உடை மாற்றி வந்திருந்தாள். தாழம்பூ வண்ணத்தில் பிரிண்டட் சில்க் சேலை கட்டியிருந்தாள். நெற்றியில் சற்று அகலமான ஸ்டிக்கர் பொட்டு. உள்ளங்கழுத்தில் வைர அட்டிகை. காதுகளில் வைரத் தொங்கட்டான்கள். கைகளில் வைர வளையல்கள். தலையைப் பின்னலிட்டு ரப்பர் பேண்ட் போட்டிருந்தாள். அவனது பார்வையில் முகம் சிவக்க, தலை குனிந்து கொண்டாள்.

"இல்லை... உன் வீட்டில் பழமையின் சின்னமான தஞ்சாவூர் பெயிண்டிங்கா? நீ கூட பழமையை மதிப்பாயா?"

"மதிக்கப் போய்த்தான் உங்களுடன் கிளம்பிக் கொண்டிருக்கிறேன்."

"அந்தக் கதையெல்லாம் என்னிடம் வேண்டாம். நீ மதித்த லட்சணம் எனக்குத் தெரியாதா? நீ நேரத்திற்கு தகுந்தாற்போல்... இப்போது போட்டுக் கொண்டிருக்கிறாயே. இதைப் போல் வேஷத்தை மாற்றிப் போட்டுக் கொள்பவள். உன்னை எனக்குத் தெரியாதா?"

"அதுதான் தெரிந்து வைத்திருக்கிறீர்களே... அப்புறமும் ஏன் கேள்வி கேட்கிறீர்கள். சாப்பிடலாம், வாங்க."

"சாப்பாடா? உன் வீட்டிலா? நீ சமைப்பாயா?"

 ஏதோ ஒரு நதியில்

பூஜாவின் முகம் சிவந்தது. 'எவ்வளவு சரியாக அவளைக் கணிக்கிறான்.'

"இல்லை... காபி போடுவேன். பிரட் ரோஸ்ட் செய்வேன்."

"எனக்கு அதெல்லாம் போதாது. நான் கொங்கு நாட்டில் பிறந்தவன். வக்கனையாக வஞ்சகமில்லாமல் சாப்பிட்டுத்தான் எனக்குப் பழக்கம். அதனால் கிளம்பு. போகும் வழியில் சாப்பிட்டுக் கொள்ளலாம்."

"போகும் வழியிலா?"

"ஆமாம்... நானும் என் ரூமை காலி பண்ணி விட்டுத் திங்க்ளை எடுத்துக் கொள்ள வேண்டுமே. அதனால் அங்கேயே போய் சாப்பாட்டை முடித்துக் கொண்டு கிளம்பலாம்."

அவளின் அபார்ட்மெண்டை பூட்டிவிட்டுக் கிளம்பினார்கள். பூஜா இரண்டு பெரிய பெட்டிகளும். ஒரு தோள்பையும் வைத்திருந்தாள். கௌதம் குனிந்து இரண்டு பெட்டிகளையும் தூக்கிக் கொண்டான்.

"ஐயோ... என்ன இது? நான் ஒன்றைத் தூக்கிக் கொள்கிறேன்." பூஜா பதறினாள்.

"பிரட்டை சாப்பிட்டு வளர்ந்த உடம்பு உன்னுடையது. இதைத் தூக்கும் பலம் உனக்கு இருக்காது. பேசாமல் வா."

லிப்டில் நுழைந்து தரைத்தளத்தை அடைந்து கௌதமின் காரை அணுகினார்கள். டிக்கியைத் திறந்து பெட்டிகளை அடுக்கிவிட்டு காரில் ஏறிக் கொண்டார்கள். கௌதம் தங்கியிருந்த ஹோட்டலை அடைந்தார்கள்.

"பெட்டிகள் காரிலேயே இருக்கட்டும். நீ வா."

அவனது அறையை அடைந்ததும், "உட்கார்" என்று சொல்லிவிட்டு போனை எடுத்து ரூம் சர்வீஸை அழைத்து உணவுக்கு ஆர்டர் கொடுத்தான்.

"சாப்பாடு வருவதற்குள் குளித்துவிட்டு வந்துவிடுகிறேன்" என்றபடி குளியலறைக்குள் புகுந்தான்.

அவன் குளித்துவிட்டு வரவும் உணவு வரவும் சரியாக இருந்தது. அவள் பக்கம் ஒரு தட்டை நகர்த்தி, "சாப்பிடு" என்று சொல்லிவிட்டு தானும் சாப்பிட்டான். பூஜாவிற்கு அவனது செய்கை எல்லாமே ஆச்சர்யத்தைத் தந்தது. அவள் மேல் எல்லையில்லாத வெறுப்பும் கோபமும் அவனுக்கு உண்டு. அவள் அவனது வாழ்வைப் பாதித்தவள். அவனது தாயை மரணப் படுக்கையில் தள்ளியவள். இருந்த போதும் அவளது சுமையை அவன் தூக்கிக் கொள்கிறான். அவளைச் சாப்பிட வைத்துவிட்டு அவன் சாப்பிடுகிறான். இந்தப் பொறுப்புணர்ச்சியை என்னவென்று சொல்வது?

ரூம்பாயை அழைத்துச் சாப்பிட்ட தட்டுக்களை எடுத்துக் கொண்டு போகச் சொல்லிவிட்டு கெளதம் பெட்டியை எடுத்துக் கொண்டு கிளம்பினான். ரிசப்ஷனில் ரூம் சாவியை ஒப்படைத்துவிட்டுக் காரில் ஏறும்போது பின்பக்கக் கதவைத் திறந்துவிட்டு,

"ஏறு..." என்றான் கெளதம்.

பூஜா கேள்வியாய்ப் பார்த்தபடி ஏறி அமர அருகே தானும் அமர்ந்தவன், "இது டிராவல்ஸ் கம்பெனி ஒன்றின் கார்" என்றான், அவளது பார்வைக்குப் பதிலாய்.

"காலையில் நீங்கள்தானே ஓட்டிக்கொண்டு வந்தீர்கள்?"

"எப்போதுமே அப்படித்தான். இங்கு இருக்கும் வரை கார் என் வசம் இருக்கும். செல்ப் டிரைவிங்தான். இப்போது நாம் ஊர் திரும்ப வேண்டும். ஏர்போட்டில் காரை ஹேண்ட் ஓவர் பண்ணிவிட்டு அக்கவுண்டை செட்டில் பண்ண வேண்டும்."

'நாம் ஊர் திரும்ப வேண்டுமா?' கேள்வி மனதில் எழ,

"இது என் ஊர்" என்றாள் பூஜா.

"அதை நீ திரும்பி வந்தால் சொல்."

"வாட் டு யூ மீன்?"

"ஐ மீன் வாட் ஐ ஸே."

"நான் வருவது தற்காலிகமாகத்தான்."

ஏதோ ஒரு நதியில்

"முடிவு எடுக்கும் உரிமை இப்போது உனக்கு இல்லை."

"என் உரிமையை நிர்ணயிக்க நீங்கள் யார்?"

"உன் கணவன்."

பூஜா அடுத்துப் பேச வாய் திறந்தபோது, கௌதமின் பார்வை டிரைவரைக் காட்டி அவளை எச்சரித்தன. பூஜா மௌனமாய் சாலையை வெறித்தாள். ஏர்போர்ட் வந்துவிட்டது. டிரைவர் இறங்கி பெட்டிகளை இறக்கி வைத்தான்.

அவனுக்குப் பணத்தைக் கொடுத்து அனுப்பிய கௌதம், பூஜா குனிந்து பெட்டிகளை எடுக்கப் போனபோது அவளைத் தடுத்து தனது சிறு பெட்டியை அவளிடம் கொடுத்துவிட்டுப் பெரிய பெட்டிகள் இரண்டையும் தான் எடுத்துக் கொண்டான். பூஜா அசையாமல் நின்றாள். கௌதம் கேள்வியாய் அவளை நோக்கினான்.

⸻⸺◆⸺⸻

8

"**வா**..." என்றான் கெளதம், ஒற்றைச் சொல்லாய். அவள் அசையாமல் நின்றாள்.

"என்ன?"

"நீங்கள் என்னை இன்சல்ட் பண்ணுகிறீர்கள்."

"அப்படிச் செய்தாலும் அது ஒன்றும் பெரிய தவறில்லை. நீ என் கழுத்தை அறுத்து ரத்தம் குடித்தவள். உன்னை என்ன செய்தாலும் தகும். ஆனால் இப்போது நான் அப்படி எதுவும் செய்யவில்லையே."

"நீங்கள் பெரிய பெட்டிகளை எடுத்துக் கொண்டு என்னிடம் சின்னப் பெட்டியைக் கொடுத்தால் என்ன அர்த்தம்?"

"உன்னால் சுமக்க முடியாது என்று அர்த்தம்."

"ஸோ வாட்?"

"நாங்கள் பலமில்லாதவர்கள், யூஸ்லெஸ் என்கிறீர்கள்."

"நாங்கள் என்றால் யார்? உன் ஒருத்திக்குத்தானே நான் தாலிகட்டி விட்டு லோல்படுகிறேன்?"

பூஜாவின் வேகம் கொஞ்சம் தணிந்தது.

"நாங்கள் என்றால் பெண்கள்..."

"பெண்ணுரிமையைப் பேசும் நேரம் இதுவல்ல. நான் பெண்களின் உரிமைகளை மதிப்பவன். மிதிப்பவன் அல்ல."

"அதுதான் தெரிகின்றதே... என் உரிமையைப் பறித்து என்னைக் கைதி போல் அழைத்துக் கொண்டு போய்க் கொண்டிருக்கிறீர்கள். பேச்சு மட்டும் பெண்ணுரிமையை மதிப்பதாய்ப் பேசுகிறீர்கள்."

"உலகத்திலேயே நீ ஒருத்திதான் பெண்ணா? நீ பண்ணியிருக்கும் காரியத்தைக் கேட்டால் யாரும் உன் உரிமையைப் பாராட்டிப் பேச மாட்டார்கள். வாயை மூடிக் கொண்டு பேசாமல் வா."

பூஜா பல்லைக் கடித்துக் கொண்டு அவனைப் பின்தொடர்ந்தாள். பிறந்ததில் இருந்த யாரும் அவளை இந்த அளவுக்கு மிரட்டியதில்லை. இவன் என்னடாவென்றால் அவன் வீட்டு நாய்க் குட்டியைக் கூப்பிட்டுக் கொண்டு போகிறது போல அவளை அழைத்துக் கொண்டு போகிறானே!

இப்படியே திரும்பிவிடலாமா என்று ஒரு கணம் நினைத்தாள். ஆனால் அதன் பின் விளைவுகளை நினைத்துத் தன்னைக் கட்டுப்படுத்திக் கொண்டாள்.

மரணப் படுக்கையில் அங்கே ஒரு ஜீவன் அவளுக்காகக் காத்துக் கிடக்கும்போது இவனிடம் ரோசம் பார்த்துக் கொண்டிருக்கக்கூடாது என்று தனக்குள் கூறிக் கொண்டவள், அதன்பின் அவனோடு பேசுவதைத் தவிர்த்து ஏர்போர்ட் லவுஞ்சில் போய் அமர்ந்து கொண்டாள்.

கோயம்புத்தூரில் ஏர்போர்ட்டில் மறுநாள் இறங்கியபோது அவளுக்கு ஏனோ கால்கள் பின்னின. குற்றம் செய்து விட்டுத் தப்பி ஓடியவள், பிடிபட்டு திரும்பியிருப்பது போல் மனதில் ஓர் பதைபதைப்பு ஏற்பட அவள் ஒருவித நடுக்கத்துடனே அவனருகில் காரில் ஏறி அமர்ந்தாள்.

கௌதம் டிரைவரிடம்,

"கோதண்டம், இன்றைக்கு பேப்பர் ஒன்று வாங்கி வாங்க" என்றான்.

"என்ன பேப்பருங்கோ ஐயா."

"எதுவாக இருந்தாலும்..."

டிரைவர் நகர்ந்ததும் பூஜாவின் பக்கம் திரும்பி அதட்டினான்.

"ஏன் நெர்வஸாய் இருக்கிறாய்?"

"இல்... இல்... இல்லையே."

"பார்... தந்தியடிப்பது போல் பேசுகிறாயே. இதோ பார் பூஜா. பிரச்சனையெல்லாம் நமக்குள்தான். வெளியில் இருப்பவர்களுக்கு ஏன் நீ பயப்பட வேண்டும்? இயல்பாய் தைரியமாய் இரு. நான் பார்த்துக்கொள்கிறேன். புரிந்ததா?"

"ம்ம்..."

டிரைவர் வந்த பேப்பரைக் கொடுத்துவிட்டு காரைக் கிளப்பினான்.

பூஜா மனதிற்குள் பாதுகாப்பாய் உணர்ந்தாள்.

'யார் இவன்? கொடும் தீயாய்ச் சுடுகிறான்; குளிர் நீராய் அதை அணைக்கிறான். புயலாய்ச் சாடுகிறான்; தென்றலாய் மனம் வருடுகிறான். தேளாய்க் கொட்டுகிறான்; தேனாய் இனிக்கிறான். எதுதான் இவனென்று அறிய முடியாமல் போனாலும் இதமாய் இருக்கிறானே...'

கௌதமின் வீட்டிற்குள் கார் நுழைந்தது. வேலையாள்கள் வேகமாய் ஓடி வந்தார்கள். அவர்களது சின்ன எஜமானியின் வரவு அவர்களுக்குத் தெரியப்படுத்தப்பட்டிருந்தது. அவளைப் பார்க்கும் ஆவலில் அனைவரும் வாசலுக்கே வந்துவிட்டனர்.

"வாங்கம்மா..." என்று சொல்லியபடி ஆளுக்கு ஒரு பெட்டியை எடுத்துக் கொண்டனர்.

பூஜாவிற்கு அந்தப் பாசத்தைக் கண்டு என்ன சொல்வதென்று தெரியவில்லை. அவர்கள் வீட்டு எஜமானனுக்குக் கெடுதலை உண்டு பண்ணிவிட்டுச் சென்றுவிட்டவளை இவ்வளவு ஆவலாய் வரவேற்கிறார்களே!

"அப்படியே நில்லுடி." சிந்தாமணியின் குரல் அதட்டியது.

"சித்தி..." பூஜா திகைத்து நின்றாள்.

"என்ற மருமகனோடு சேர்ந்து நில்லுடி." சிந்தாமணி முகமெல்லாம் சந்தோசம் மலர, அவர்கள் இருவருக்கும் ஆரத்தி சுற்றினாள்.

"இப்போது வலதுகாலை எடுத்து வைத்து உள்ளே வா..."

                                        ஏதோ ஒரு நதியில்

பூஜா தன்னையறியாமல் வலது காலை எடுத்து வைத்தாள். உள்ளே சென்றவளை கௌதம், வசுந்தராவின் அறைக்கு அழைத்துச் சொன்றான். முதுகிற்கு ஒரு தலையணையை அணை கொடுத்துச் சாய்வாக அமர்ந்து இருந்தவள், அறைக்குள் வந்த பூஜாவைப் பார்த்தும் இரு கைகளையும் விரித்து, "வாடாம்மா... வா..." என்று அழைத்தாள். அவள் முகத்தில் எல்லையற்ற ஆனந்தம் இருந்தது.

பூஜாவுக்கு தன் கண்களையே நம்ப முடியவில்லை. தன்னையா இவ்வளவு அன்பாக வரவேற்கிறாள் இந்த மாதரசி? திருமண மேடையை விட்டு இறங்கியதும் சொல்லிக் கொள்ளாமல் பறந்து விட்டவளிடம் இவ்வளவு வாத்சல்யமா?

இவ்வளவு அன்பானவளின் மனதை துன்புறுத்திய ஒரே காரணத்திற்காகலே கௌதம் என்ன பேசினாலும் கேட்டுக் கொள்ள வேண்டும் என்று நினைத்தபடி அவளது கால்களில் தன்னையறியாமல் பணிந்தாள் பூஜா.

"நல்லா இருடாம்மா..." வசுந்தராவின் கைகள் அவளது தலையை தடவிக் கொடுத்தன.

அவளது கரங்கள் பூஜாவை அணைத்து அருகே அமர வைத்துக் கொண்டன. அவளது முகத்தில் நிம்மதி வந்திருந்தது.

"எப்படியம்மா இருக்கிறாய்?"

"இது நான் கேட்க வேண்டிய கேள்வி அத்தை." பூஜா அழுதுவிட்டாள்.

"ஏன் அம்மிணி அழுகிற? அழாதே. நீ என்ன தப்பு செய்தாய்? வேலை இருக்குன்னு உங்க அப்பாகிட்ட சொன்னாயாம். அவர் கேட்கவில்லை. வேலையை முடித்துக் கொடுக்கத்தானே போனாய். இனிமேல் போகமாட்டாயே?" பூஜாவின் கண்ணீரைத் துடைத்து விட்ட வசுந்தராவின் கேள்வியில் எதிர்பார்ப்பு இருந்தது.

'என்ன பதில் சொல்வது?' பூஜா தடுமாறினாள். அவள் வாயைத் திறப்பதற்கு முன்னால் கௌதம் முந்திக் கொண்டு பதில் கூறினான்.

"இனி போக மாட்டாள் அம்மா. அங்கே வேலையெல்லாம் முடித்துக் கொடுத்துவிட்டுத்தான் வந்தாள் அம்மா."

வசுந்தராவின் முகம் மலர்ந்துவிட்டது.

"அப்படியா? என்ற மருமகள் இனி என்னோடுதான் இருப்பாளா? சிந்தாமணி, கேட்டியா சேதியை? என்ற மருமகள் இனி என்னோடுதான் இருப்பாள்." சிறு பெண் போல் குதூகலித்தாள்.

சிந்தாமணி வசுந்தராவின் நெற்றியில் கை வைத்துப் பார்த்து, "இப்பத்தான் காய்ச்சல் கொஞ்சம் இறங்கியிருக்கு. உடம்பை அலட்டிக்காதீங்க அண்ணி. இவ உன்ற மருமகள், உங்களை விட்டு விட்டு எங்கே போவாள்? போக நினைத்தால் காலை முறிச்சு வீட்டில் போடுவீங்களா, அதை விட்டுவிட்டு இவ்வளவு சந்தோசப்படுறீங்க?

பெண்ணாப் பிறந்தால் அடக்க ஒடுக்கமா பெத்தவங்க பேரைக் காப்பாத்தோணும். வாழ வந்த இடத்தில் இருந்து பிழைக்கோணும். இப்படி வந்தட்டிக் கழுதை போல் ஓடி ஒளிஞ்சா அதுக்குப் பேரு பொண்ணில்லை, வெறும் மண்ணு" என்று பூஜாவைப் பார்த்து முறைத்தவாறு கூறினாள்.

பூஜா பதில் சொல்லாமல் சங்கடத்துடன் தரையைப் பார்க்க கௌதம் அவள் சார்பாய் பதில் சொன்னான்.

"அவள் எங்கேயும் ஓடி ஒளியவில்லையே அத்தை. மும்பையில்தானே இருந்தாள். அவளுக்கென்று சில பொறுப்புகள் இருந்தன. முடித்துக் கொடுத்துவிட்டு வந்திருக்கிறாள். இனி இந்த வீட்டின் மருமகளாக அவளுடைய பொறுப்புகளை நிறைவேற்றுவாள்."

சிந்தாமணி அமைதியாகிவிட்டாள். கௌதம் பேசும்போது, 'எனது மனைவி' என்ற வார்த்தையை தவிர்த்ததை கவனத்தில் பதித்துக் கொண்டாள். அவள் வாழ்ந்து வந்த வாழ்க்கையில் பூஜாவின் வயதைக் கடந்து வந்தவள் அவள். கௌதமின் வார்த்தைக்கு என்ன அர்த்தம் என்பது அவளுக்குப் புரிந்தது. அவளுக்குப் புரிந்து என்ன பயன்? புரிய வேண்டியவளுக்குப் புரிய வேண்டுமே!

   ஏதோ ஒரு நதியில்

சிந்தாமணி கவலையுடன் வசுந்தராவைப் பார்த்தாள். தனக்குப் புரிந்தது போல் அவளுக்கும் புரிந்துவிட்டதோ என்ற கவலை அவளுக்கு. ஆனால் வசுந்தராவின் முகத்தில் மலர்ச்சி இருந்தது. அவள், 'மருமகள்' என்ற வார்த்தையில் மனம் மகிழ்ந்திருந்தாள். சிந்தாமணி ஒருவித நிம்மதியுடன் அறையை விட்டு வெளியேறினாள்.

நர்ஸ்காலையில் போட வேண்டிய ஊசி மருந்துடன் வசுந்தராவை அணுக கெளதம் பூஜாவைக் கண்ணசைவில் எழுப்பினான்.

"அம்மா... நாங்க குளித்துச் சாப்பிட்டு விட்டு வருகிறோமே!"

"போம்மா போ. நான் மாத்திரை மருந்துன்னு இருக்கிறவள். இப்போதுதான் என்னைச் சாப்பிட வைத்தார்கள். நீ போய் பயணக் களைப்பு தீரக் குளித்து விட்டுச் சாப்பிடு. அப்புறம் பேசிக் கொள்ளலாம்."

பூஜா பின்தொடர வெளியே வந்த கெளதம், மாடிப் படியில் ஏறினான். தொடர்ந்து வந்த பூஜா, "என் ரூம் எது" என்று கேட்டாள்.

பதற்றமாய்த் திரும்பிய கெளதம் அவசரமாய் சுற்றுமுற்றும் பார்த்தான். ஒருவரும் அருகில் இல்லை. பூஜாவை முறைத்தான்.

"பேசாமல் வா..."

"இப்போது நான் என்ன தவறாகக் கேட்டுவிட்டேன்?"

"உனக்கு எதுவும் தவறாய்த் தெரியாது."

"கெளதம். மைண்ட் யுவர் வொர்ட்ஸ்."

"ஐ நோ இட்... நீ பண்ணிய கொடுமைகளுக்கு வேறு எப்படி என்னைப் பேசச் சொல்கிறாய்?"

"மும்பையில் எனக்கு என்ன பெயர் தெரியுமா?"

"தெரியும், நெருப்பு."

பூஜா ஆச்சர்யமாய் அவனை நோக்கினாள். கெளதம் அவளது பார்வையைக் கண்டு தோள் குலுக்கினான்.

"என்ன அப்படிப் பார்க்கிறாய்?"

"உங்களுக்கு எப்படித் தெரியும்?"

"நான் விரல் சப்பிக் கொண்டிருக்கும் பாப்பா என்று நினைத்தாயா? உன் ஒவ்வொரு அசைவும் எனக்குத் தெரியும்."

கௌதம் அவனது அறைக் கதவைத் திறந்தான்.

"உள்ளே வா."

"இதுதான் என் ரூமா?"

மீண்டும் கௌதம் சுற்றுமுற்றும் நோக்கினான். பூஜாவிற்கு குழப்பமாக இருந்தது.

'இவன் ஏன் எது கேட்டாலும் சுற்றுமுற்றும் பார்க்கிறான்?' நினைத்ததைக் கேட்டாள்.

"பகலில் பக்கம் பார்த்துப் பேசு என்பார்கள். உனக்கு அது தெரிந்திருக்கிறது போல எனக்குத் தெரியவில்லை. அதுதான் சுற்றிப் பார்த்தேன்."

"அப்படி என்ன நான் பெரிய ராணுவ ரகசியத்தைப் பேசிவிட்டேன்?"

"கணவன் மனைவி சம்பந்தப்பட்ட விசயம் ராணுவ ரகசியம்தான். அது நம்மைப் போன்றவர்களாக இருந்தாலும் சரி."

"நீங்கள் என்ன சொல்ல வருகிறீர்கள்ன்னு எனக்குப் புரியவில்லை. பட்... இப்போது அது மேட்டரும் இல்லை. இதுதான் என் ரூமா?"

"உள்ளே வா... சொல்கிறேன்."

அவள் உள்ளே வந்ததும் அறைக் கதவைத் தாழிட்டான்.

"ஏன்... கதவை லாக் பண்ணுகிறீங்க?"

"உன்னுடன் ஹனிமூன் கொண்டாடுவதற்காக இல்லை."

"இது யாருடைய ரூம்?"

"நேற்று வரை என்னுடைய ரூம். இன்றிலிருந்து நம்முடைய ரூம். நீ என்னுடன்தான் தங்கியாக வேண்டும்."

"ஓ... நோ... நான் இதற்குச் சம்மதிக்க மாட்டேன்."

"உன் சம்மதத்தை யார் கேட்டார்கள்?"

"வாட்?"

"இனி அப்படித்தான்."

கௌதம் எரிச்சலுடன் கூறினான். பூஜா என்ன செய்வது என்று புரியாமல் நின்றாள். நேற்று வரை அவளுடைய வாழ்வில் அனைத்தையும் அவளே முடிவு பண்ணினாள். இன்று முடிவெடுக்கும் அதிகாரத்தை அவன் தட்டிப் பறித்துக் கொண்டிருப்பதை அவளால் புரிந்து கொள்ள முடிந்தது.

❦

9

"நேற்று வரை நீ யாரோ நான் யாரோ

இன்று முதல் நீ வேறோ நான் வேறோ?"

தோட்டக்கார முனியன் ரேடியோவில் எப்.எம். கேட்டவாறு வேலை செய்து கொண்டிருந்தான் போல. பாட்டு ஜன்னல் வழி கேட்டது. அந்தப் பெரிய படுக்கையறை முன்னால் வரவேற்பறையாகவும் அடுத்து படுக்கையறையாகவும் பிரிக்கப்பட்டிருந்தது. படுக்கையறையின் உள்ளேயே துணி மாற்றும் டிரெஸ்ஸிங் ரூமும். அதை ஒட்டி அட்டாச்சுடு பாத்ரூமும் இருந்தன.

"என்ன பார்க்கிறாய்? ரூம் அழகாக இருக்கிறதா? உன் மும்பை அபார்ட்மெண்ட் வீட்டின் அளவு இந்த பெட்ரூம் இருக்கும். அப்புறமும் என்ன யோசனை?"

"கௌதம்... உங்களுடன் தங்க என்னால் முடியாது?"

"ஏன்?"

"நான் கம்பர்டபிளாய் பீல் பண்ண மாட்டேன்."

"அதுதான் ஏன்?"

"ஸில்லியாய் கொஸ்டின் பண்ணாதீர்கள். உங்கள் ரூமை நான் எப்படி ப்ரீயா யூஸ் பண்ண முடியும்?"

"வாடகை கொடுக்கப் போகிறாயோ?"

"ஓமைகாட். கௌதம் நான் தனி ரூமில் இருந்து பழக்கப்பட்டவள். இன்னொருவருடன் தங்குவது எனக்குப் பிடிக்காது."

"இன்னொருவன் யார்? தெருவில் போகிறவனா?"

கௌதம் இடக்காய்க் கேட்டான். பூஜா இதழ் மடித்துக் கடித்தாள். 'இவன் இப்படித்தான் எக்குத் தப்பாய் கேட்டு வைப்பான். இதற்கு என்ன பதில் கூறுவது?'

"என்ன... பதிலைக் காணோம்?"

"இப்படிக் கேட்டால் எப்படி பதில் சொல்வது?"

"உனக்கே இப்படி இருக்கிறதே? ஊரார் என்னைப் பார்த்து இந்தக் கேள்வியைக் கேட்டால் நான் என்ன பதில் சொல்வது?"

"ஊரார் என்ன கேட்பார்கள்?"

"புருசன் பொண்டாட்டின்னு சொல்லிக் கொண்டு தனித்தனி ரூமில் ஏன் இருக்கிறீர்கள்ன்னு கேட்பார்கள்."

"அவர்களுக்கு எப்படித் தெரியும்?"

"இங்கே வேலை செய்பவர்கள் சொல்லிவிட மாட்டார்களா?»

"ஓ..." மீண்டும் இதழ் கடித்து யோசனையில் ஆழ்ந்தாள் பூஜா.

"ஸோ... நீ என்னுடன் இந்த ரூமில்தான் தங்கியாக வேண்டும்."

"கௌதம்... ஐ பீல் ஸோ அன் ஈஸி."

"பழகிவிட்டால் எல்லாம் ஈஸியாகிவிடும்."

அவன் இலகுவாய் கூறிவிட்டு அவளது பெட்டிகளைத் தூக்கிக் கொண்டு போய் டிரெஸ்ஸிங் ரூமில் வைத்தான். அந்த அறையின் சுவர் பூராவும் மர அலமாரிகள் பதிக்கப்பட்டிருந்தன. ஓரமாய் ஆள் உயர டிரெஸ்ஸிங் டேபிளும் கண்ணாடியும் இருந்தன.

"உன் துணிகளை அடுக்கி வைத்துக்கொள். இந்தா... இது உன் பீரோவிற்கான சாவி. பூட்டி தனியாய் வைத்துக் கொள்."

"இதிலெல்லாம் பிரைவஸி கொடுக்கிறீர்கள். தனி ரூம் மட்டும் கொடுக்க மாட்டேன் என்கிறீர்கள். நான் வேண்டுமானால், இந்த டிரெஸ்ஸிங் ரூமிலோ இல்லை, ரிசப்ஷன் ரூமிலோ தங்கிக் கொள்ளட்டுமா?»

"இதோ பார்... நான் சொன்னால் சொன்னதுதான். சும்மா என் டயத்தை வேஸ்ட் பண்ணாதே. எந்த நேரமும் வீட்டில் உள்ள மற்றவர்களோ, வேலையாட்களோ இங்கே வரலாம். நீ தனித்து இருப்பதை அவர்கள் பார்த்தால் வம்பு. ஏற்கனவே ஒரு வருடமாய் வம்பு பேசுகிறவர்களுக்கு வம்பை வாரி வழங்கியிருக்கிறோம். அது போதாதா? இன்னும் கொஞ்சம் அவர்களைப் பேச வைக்க வேண்டுமா?"

"பட்... என்னுடைய பிரைவஸி?"

"அதற்கொன்றும் குறைவு வராது. நான் காலையில் மில்லுக்குப் போனால் நைட்தான் வருவேன். வந்தவுடனே தூங்கிவிடுவேன். என்னால் உன்னுடைய பிரைவஸிக்கு எந்த பாதிப்பும் நேராது."

"கட்டில்களைப் பிரித்துப் போட்டால் பெட்டர்."

"அது சரிவராது."

"கௌதம்... ஐ கான்ட் டாலரேட் இட்."

"ஹலோ... ஒரு வருடமாய் நான் கட்டிய தாலியை கழுத்தில் போட்டுக் கொண்டிருக்கிறாயா இல்லையா? அதைப் போல் இதையும் சகித்துக் கொள்ளப் பழகிக்கொள்."

"இதையென்றால்?"

"ஒரே ரூமில் தங்குவதையும் ஒரே கட்டிலில் படுத்துக் தூங்குவதையும்..."

அவன் எரிச்சலுடன் பாத்ரூமிற்குள் நுழைந்து கொண்டான். பூஜா செய்வது அறியாமல் ஜன்னலின் பக்கம் சென்று வெளியே வெறித்தாள். நீண்ட அழகான தோட்டம், நடுவில் நீச்சல் குளம், தோட்டத்துப் புல் வெளியிலும் நீச்சல் குளத்தின் அருகிலும் அமைக்கப் பட்டிருந்த சாய்வான மர பெஞ்சுகள்.

"என்ன... உன் துணிகளைப் பிரித்து அடுக்கவில்லையா?"

அவளுக்குப் பின்புறமிருந்து கௌதமின் குரல் கேட்டது. திரும்பிப் பார்த்தாள். குளித்துவிட்டு வெற்று மார்புடன் நின்று கொண்டிருந்தான். அந்தக் கவர்ச்சிகரமான தோற்றத்தில் தடுமாறியவள், அவன் முகம் பார்க்காமல் வேறு பக்கமாய்

                    ஏதோ ஒரு நதியில்

திரும்பிக் கொண்டு, "நான் குளிக்கப் போக வேண்டும்" என்று கூறினாள்.

"போ..."

"என்ன?"

"குளிக்கப் போ என்றேன். காது கேட்கவில்லையா? செவிடா?"

மற்றவர்களை அதட்டி வேலை வாங்கியவள் அவள். அவளையே மிரட்டுகிறானே, என்ன தைரியம்?

"சொல்வதைத் தெளிவாகச் சொல்லத் தெரிந்தால் சொல்ல வேண்டும். இல்லாவிட்டால் வாயை மூடிக் கொள்ள வேண்டும். அதை விட்டு விட்டு மற்றவர்களுக்கு, 'செவிடு'ன்னு பட்டம் கட்ட வேண்டாம்."

"ஓஹோ... அப்படியா? எனக்குப் பேசத்தெரியவில்லைன்னு நீ சொல்லித்தான் நான் கேட்கிறேன்."

"என்னையும் செவிடுன்னு நீங்கள் சொல்லித்தான் நானும் கேட்கிறேன்."

"பதிலுக்குப் பதில்... ம்ம்ம்?"

"அப்படித்தான்."

"நீ செய்ததிற்குப் பதிலுக்குப் பதில் நான் கொடுக்க ஆரம்பித்தேன்னு வை. நீ தாங்க மாட்டாய். பேசாமல் போய் குளித்துவிட்டு வரும் வேலையைப் பார். அதுதான் உனக்கு நல்லது."

"என்னை டீஸ் பண்ணாமல் இருப்பதுதான் உங்களுக்கும் நல்லது."

"என்ன செய்து விடுவாய்?"

"மும்பைக்குப் போய்விடுவேன்."

"ஏய்ய்..."

அவன் கண்கள் ரத்தமாய்ச் சிவக்க, அவள் முன் ஒற்றை விரலை நீட்டி எச்சரித்தான்.

"ஜாக்கிரதை... இனியொரு முறை இவ்வாறு சொன்னால் கொன்று விடுவேன். ஆமாம். கொன்றேவிடுவேன். என்னை என்னவென்று நினைத்தாய்? உன் மனம் போனபடி ஆட, நீ இப்போது விநாயகத்தின் மகளில்லை. வசுந்தராவின் மருமகள். இந்த வீட்டை விட்டு ஓர் அடி வெளியே எடுத்து வை பார்ப்போம், உன் உயிர் உன் உடம்பில் இருக்காது."

"மிரட்டுகிறீர்களா?"

"ஆமாண்டி. மிரட்டுகிறேன். உன் காலை ஒடித்து உன்னைத் தூக்கி வர வக்கற்றுப் போய் உன்னை மும்பையில் விட்டு வைக்கவில்லை. நீ கமிட் ஆகியிருக்கும் விளம்பரங்களை முடித்துக் கொடுக்க உனக்கு டைம் கொடுத்தேன். தெரிந்து கொள்."

அவன் முகத்தைப் பார்க்கவே பூஜாவிற்குப் பயமாய் இருந்தது. பெட்டிகளைத் தூக்கி டிரெஸ்ஸிங் ரூமில் வைத்தவள் கதவை அடைத்துக் கொண்டாள். சற்று நேரம் தலையைப் பிடித்துக் கொண்டு அமர்ந்து இருந்தவள், மடமடவென துணிகளை அடுக்கினாள். அவள் கொண்டு வந்திருந்த நகைப் பெட்டிகளை லாக்கரில் வைத்தாள். பீரோவை மூடினாள். குளித்து உடை மாற்றி லேசான ஒப்பனையுடன் கதவைத் திறந்து கொண்டு வெளியே வந்தாள். படுக்கையறையில் கௌதம் இல்லை.

'அப்பாடா...' என்ற உணர்வுடன் நிம்மதிப் பெருமூச்சுவிட்டாள் பூஜா.

'புலிக் கூண்டில் அடைபட்டிருப்பதும் இவனுடைய பெட்ரூமில் அடைபட்டிருப்பதும் ஒன்று' என்ற நினைவுடன் லேசாய் ஒரு பாடலைப் பாட வேறு செய்தாள்.

"ஓட ஓட... ஓடோடப் போறேன்."

"ம்ம்... அருமையான பாட்டு. உனக்குப் பொருத்தமான பாட்டு. எப்படி இப்படிப்பட்ட பாட்டைத் தேடிப் பாடினாய்?"

பாட்டு பாதியில் நின்று போனது. திரும்பிப் பார்க்காமல் வாயை மட்டும் மூடிக் கொண்டாள் பூஜா. அவன் நிதானமாய் அவள் முன்னால் வந்து நின்றான்.

"ஏன் பாட்டை நிறுத்திவிட்டாய் பூஜா? உன் பாட்டில் நனைய ஓடோடி வந்திருக்கிறேன். என்னை ஏமாற்றிவிடாதே. பாடு பூஜா, பாடு."

'இம்சை... இவன் வெளியே தொலைந்துவிட்டான் என்று நினைத்தால் இங்கேயே இருந்து கொண்டு உயிரை எடுக்கிறானே.'

அவள் மனதில் நினைத்ததைப் படித்தவன் போல் அவன் பதில் கூறினான்.

"நீ டிரெஸ்ஸிங் ரூம் கதவை மூடிவிட்டாய். நான் எப்படி டிரஸ் பண்ணுவது? டிரெஸ் பண்ணாமல் ஆபீஸ் எப்படி போவது? அதனால் இங்கு இருந்துதானே ஆக வேண்டும்?"

'இவனுக்கு என்ன மைண்ட் ரீடிங் தெரியுமா?' அவள் எரிச்சலுற, அவன் அதற்கும் பதில் சொன்னான்.

"நீ மனதில் என்ன நினைப்பாய் என்பதை அறிய மைண்ட் ரீடிங் படிக்கத் தேவையில்லை. உன் முகமே உன் நினைவைச் சொல்லி விடும்."

அவன் டிரஸ்ஸிங் ரூமிற்குள் போய்விட்டான். அவள் முன்னறையில் அமர்ந்து வார இதழ் ஒன்றை எடுத்துப் புரட்டினாள்.

"போகலாமா?"

கௌதமின் அழைப்புக் கேட்டு நிமிர்ந்து பார்த்தவள், ஒரு கணம் அவனது தோற்றத்தில் வசீகரிக்கப்பட்டாள். மும்பையில் முன்னணியில் இருக்கும் மாடல் ஆணிடம் இல்லாத கவர்ச்சி அவனுடைய தோற்றத்தில் இருந்தது. ஆறடி உயரத்தில் கம்பீரமாய் நிற்கும் இந்த ஆணழகனா, தனக்குத் தாலிகட்டிய கணவன் என்ற ஆச்சரியம் நெஞ்சில் பரவ, அவள் எழுந்து கொண்டாள்.

அதே நேரம் அவனும் அவளைப் பற்றி இதே போன்ற சிந்தனையில்தான் இருந்தான்.

இளம் பச்சையில் எம்பிராய்டரி வேலை செய்த சேலையை உடுத்தியிருந்தாள். தலைமுடியை லேசாய்ப் பின்னலிட்டு கூந்தலை பாண்டில் இறுக்கியிருந்தாள். காதுகளில் பச்சைக் கல்லும் முத்தும் பதித்த பூத்தோடு. கழுத்தில் முத்துமாலை. கைகளில் முத்து வளையல்கள்.

'இவளை மிஞ்சியா? இவள் இயக்கும் விளம்பரப் படங்களில் நடிக்கும் மாடல் அழகிகள் அழகாக இருக்கப் போகிறார்கள்?'

அவனது பார்வையை உணர்ந்த அவள் பார்வையை விலக்கிக் கொண்டாள். அவள் முகம் சிவந்தது. இதழ்களை கடித்தக் கொண்டாள். கௌதம் அவளது முகச் சிகப்பைக் கவனித்தான். அவனது மனம் கனிந்தது. 'இவளது தோற்றத்தில்தான் எத்தனை நளினம்? இவளது செயல்களில் மிளிரும் பெண்மையின் பொலிவு என்னை ஈர்க்கிறதே. ஆனால் ஆனால் இவள் செய்த செயல்?' அவன் மனது மீண்டும் கடினமானது.

"வா... போகலாம்." உத்தரவிட்டவன் முன்னே நடந்தான்.

"அடேங்கப்பா... ஆர்டர் போடுகிறீங்களா?" அவள் அவனைத் தொடர்ந்தவாறு கூறினாள்.

"ஆமாம்." அவன் அமர்த்தலாய் பதில் கொடுத்தான்.

"நானென்ன, உங்கள் வீட்டு ஆட்டுக்குட்டியா?"

"இல்லை... என் பொண்டாட்டி."

'ம்ஹூம்... என்ன பேசினாலும் இவனை ஜெயிக்க முடியாது. வழக்கம் போல் வாயை மூடிக் கொள்வதுதான் பெட்டர்.'

சேர்ந்தாற்போல் ஜோடியாக சாப்பிட வந்தவர்களைக் கண்ட சிந்தாமணியின் கண்கள் கலங்கின.

'இரண்டு பேரும் ஒருத்தருக்காக மற்றொருவர் பிறந்தது போல் இருக்கிறார்களே. என் கண்ணே பட்டு விடும் போல இருக்கிறதே. எத்தனை பேர் கண் பட்டதோ, இவர்களது குடும்ப வாழ்க்கையில் இப்படி சூறாவளி அடிக்கிறதே?'

"என்ன அத்தை... என்னைப் புதிதாய் பார்ப்பதுபோல் பார்க்கிறீர்களே?' கௌதம் சிரித்துக் கொண்டே அமர்ந்தான்.

                                                   ஏதோ ஒரு நதியில்

"புதிதாய்த்தானே பார்க்கிறேன். உன் பெண்டாட்டியோடு சேர்த்து இன்னைக்குத்தானே புதிதாய்ப் பார்க்கிறேன்." சிந்தாமணி அவன் முன் தட்டை வைத்தவாறு கூறினாள்.

"நீங்கள் ஏன் அத்தை சிரமப்படுகிறீங்க? வேலையாட்கள் இல்லையா?" என்று கேட்டபடி பூஜாவைப் பார்த்தவன்,

"நீயேன் இன்னும் நிற்கிறாய்? சாப்பிட உட்காரவில்லையா?" என்று வினவினான்.

"நீங்கள் உட்காரச் சொல்லாமல் எப்படி உட்காருவது?" போலிப் பணிவுடன் கேட்டாள் பூஜா.

சிந்தாமணியின் புருவம் முடிச்சிட்டது. அவள் கோபமாய் வாய் திறக்கையில் கௌதம், அவளை முந்திக் கொண்டு பூஜாவிற்கு மறுமொழி கூறினான். சிந்தாமணியின் இதழ்களில் முறுவல் மலர்ந்தது. பூஜாவின் வாழ்க்கை நன்றாக இருக்கும் என்ற நம்பிக்கையும் அவளுக்கு வந்தது.

⚬

10

'நானென்ன ஆட்டுக்குட்டியா?' என்று வினவின பூஜாவிற்கு, "நீ என் பொண்டாட்டி" என்று கௌதம் பதில் கொடுத்ததும் அவளுக்குக் கோபம் வந்தது.

'பொண்டாட்டியும் ஒரு வகையில் ஆட்டுக்குட்டிதானா? பேசாமல் பின்தொடர்வதுதான் அவள் கடமையா?'

கோபத்துடன் டைனிங் டேபிளின் அருகே வந்தவள் கௌதம் அமர்ந்த பின்னும் அமராமல் நின்று கொண்டிருந்தாள்.

"ஏன் இன்னும் உட்காரவில்லை?" என்ற கேள்விக்கு,

"நீங்கள் உட்காரச் சொல்லவில்லையே..." என்று மிகவும் பதவிசாய் பதில் வேறு கூறினாள்.

சிந்தாமணிக்கு பற்றிக் கொண்டு வந்தது.

'ஆமாண்டி. நீ எல்லாவற்றையும் கேட்டுச் செய்கிறவள்தான். நாங்கள் சொல்லாமல் நீயாக எதுவும் செய்ய மாட்டாய். நாங்கள் சொல்லித்தான் நீ கல்யாண மண்டபத்தில் காலையில் தாலி கட்டிக் கொண்டு மதியமே மும்பைக்கு பறந்தாய்' என்று ஒரு பிடி பிடித்துவிட வாய் திறந்தாள்.

கௌதம்தான் அவள் பேசவே இடம் கொடுக்கவில்லையே. பூஜா பதில் கூறியதும் கலகலவென்று நகைத்தவன், பூஜாவின் முகத்தைக் காதலுடன் பார்த்து, "லுக் பூஜா... நீ மும்பை நாகரிகத்திற்கு பழகியவள். நம் கொங்கு நாட்டுப் பழக்கங்கள் இன்னும் வரவில்லை.

அதனால் கொஞ்ச காலம் நான் சொல்கிறபடி செய்து பழகுன்னு நான் சொன்னதற்காக என் பெர்மிஷனை எதிர்பார்த்து நீ நின்றால் உன் சித்தி என்னை கொடுமைக்காரன் என்று நினைத்துவிட

மாட்டார்களா? நான் பெண்டாட்டிதாசன் என்பது அவர்களுக்கு எப்படித் தெரியும்?" என்று மையலுடன் சிரித்து வைத்தான்.

'என்னடா இது? இப்படி ஒரு பார்வை பார்த்து இப்படி ஒரு சிரிப்பை வேறு சிரித்து வைக்கிறானே? இந்த சித்தி என்ன நினைத்துக் கொள்வார்கள்? ஒரே நாளில் இவனிடம் மயங்கி இவன் காலடியில் விழுந்துவிட்டேன் என்று நினைத்துவிட மாட்டார்களா?'

பூஜா அவசரமாய் அவன் பக்கத்தில் அமர்ந்து கொண்டாள். அவள் முன்னால் தட்டை எடுத்து வைத்த கௌதம், "என்னடா வேண்டும்?" என்று அன்பொழுகக் கேட்டான்.

அவன் போட்ட காதல் கணவன் வேடத்தைத் தாங்க முடியாதவளாய் பூஜா டேபிளில் இருந்த பாத்திரங்களின் மூடியைத் திறந்து எல்லாவற்றிலும் கொஞ்சம் எடுத்து வைத்துக் கொண்டாள்.

"போதும்டா... இன்னும் கொஞ்சம் அதிகமாய் சாப்பிட்டாலும் வயிறு வெடித்துவிடும் டார்லிங்" என்று கொஞ்சலாய் கௌதம் கூறவும், 'இவன்ஏன்இதைச்சொல்கிறான்?' என்றசந்தேகத்துடன் அவனைத் திரும்பிப் பார்த்த பூஜாவிற்கு தூக்கிவாரிப் போட்டது. தன் தட்டில் வைப்பதாக நினைத்துக் கொண்டு அவனது தட்டில் அவள் பரிமாறக் கொண்டிருந்தாள்.

"பார்த்தீர்களா அத்தை? உங்கள் மகள் என் மீது காட்டும் கரிசனத்தை, ஒரு வருடப் பிரிவையும் அதனால் உண்டான துன்பத்தையும் ஒரே நாளில் மறக்கச் செய்துவிட்டாளே?" கௌதம் பெருமையாய் சிந்தாமணியைப் பார்த்துக் கூறினாள்.

"பார்த்துக் கொண்டுதானே இருக்கிறேன். என்ர மகளுக்கு பொறுப்பு வந்து புருசனிடம் காட்டுகிற கரிசனத்தைப் பார்த்தால் மனசெல்லாம் மத்தாப்பூ போல மலர்ந்து போச்சே." சிந்தாமணி அவனுடன் தாளம் போட்டாள்.

கரிசனம் காட்டியவள் பல்லைக் கடித்துக் கொண்டாள். 'இவனிடம் திரும்பத் திரும்ப மாட்டிக் கொள்கிறேனே?'

"சித்தி... எனக்கு டிபன் வையுங்க."

பேசாமல் கையைக் கட்டிக் கொண்டு சிந்தாமணியிடம் கேட்டாள் பூஜா.

"அத்தை... நீங்கள் வைக்காதீங்க. என் பெண்டாட்டி எனக்குப் பரிமாறினாள் இல்லையா? நான் அவளுக்குப் பரிமாற வேண்டும்."

கௌதம் அவள் தட்டில் டிபன் எடுத்து வைத்தான். பூஜா பதில் பேச முடியாமல் தவித்தாள். அவன் அதிகமாய் வைக்க, ஒரு கட்டத்தில் பொறுக்க முடியாமல், "போதுமே" என்று அவனது கரம் பற்றித் தடுத்தாள்.

சிந்தாமணி அதைக் கண்டு சிரித்தாள்.

"நல்ல விளையாட்டுப் பிள்ளைகள்."

அந்த விளையாட்டுப் பிள்ளை, சந்தடி சாக்கில் அவனது கரத்தைப் பற்றியிருந்த அவளது கையில் தன் இதழ்களை ஒற்றி எடுத்தான்.

பூஜாவிற்குப் பதில் சிந்தாமணி வெட்கமடைந்தாள். நாணிக் கோணிக் கொண்டு டைனிங் ஹாலை விட்டு வெளியேறினாள்.

'சின்னஞ்சிறுசுகள், ரொம்ப நாள் கழித்து ஒன்னாச் சேர்ந்திருக்கிருதுகள். இதுக சாப்பிடும் இடத்தில் நமக்கென்ன வேலை?'

அவள் தலை மறைந்ததும் தன் கைமேலிருந்த பூஜாவின் கையை விலக்கிவிட்ட கௌதம். தானும் நகர்ந்து அமர்ந்துகொண்டான். பூஜாவோ அவனது செய்கையால் பாதிக்கப்பட்டவளாய் தன் கையையே பார்த்துக் கொண்டு அசையாமல் அமர்ந்திருந்தாள். அவளைத் திரும்பி உணர்ச்சியற்ற பார்வை பார்த்த கௌதம்.

"சாப்பிடு" என்றான், வறண்ட குரலில்.

"ஏன் இப்படிச் செய்தீர்கள்?" அவள் குரல் நடுங்கக் கேட்டாள்.

"எப்படி?"

"கொஞ்ச நேரம் முன்னால் செய்தது மறந்துவிட்டதா?"

                    ஏதோ ஒரு நதியில்

"அதுவா... அத்தையை இங்கேயிருந்த அனுப்ப வேண்டும். அவர்களுக்கு நம் மீது சந்தேகம் வந்துவிடக் கூடாது. அதற்காகத்தான். நீ வேறு அவர்கள் முன்னால் என்னிடம் வம்புக்கு வந்தாய். அதனால் கொஞ்சம் ஓவர் ஆக்டிங் பண்ண வேண்டியதாய் போய்விட்டது."

"ஆக்டிங்...?"

"யெஸ். ஆக்டிங்."

"இனிமேல் இப்படிச் செய்யாதீர்கள். நான் ரத்தமும் சதையுமாய் உயிருடன் உள்ள மனுஷி. வெறும் இயந்திரம் அல்ல."

அவள் படாரென்று எழுந்த கை கழுவப் போய்விட்டாள். கௌதம் சாப்பிடுவதை நிறுத்திவிட்டு அவள் போவதையே பார்த்துக் கொண்டிருந்தான். அவன் முகத்தில் சிந்தனை ரேகைகள் படிந்தன.

'நீயா உயிருள்ள மனுஷி? மனித உறவுகளை மதிக்காமல் உன்னுடைய வேலை பெரிதென்று ஓடியவள்தானே நீ? நீ வெறும் இயந்திரம் இல்லாமல் வேறு என்ன?'

கௌதம் அதற்கு மேல் சாப்பிட மனமில்லாமல் எழுந்துவிட்டான். பூஜாவைப் பின்தொடர்ந்து ஹாலுக்கு வந்தவன், "வா... அம்மாவைப் பார்த்துவிட்டு வரலாம்" என்று அவளை அழைத்தான். அவள் மறு பேச்சுப் பேசாமல் கூடப் போனாள்.

வசுந்தரா... குட்டித் தூக்கம் போட்ட முடித்திருந்தாள். அயர்வாய் இருந்தாலும் தெளிவாய் இருந்தாள். மருமகளைக் கண்டதும் முகம் மலரப் புன்னகைத்தாள். அவளது சிரிப்பைக் கண்ட பூஜா மனம் நெகிழ, தானாய் அவளருகே இருந்த நாற்காலியில் அமர்ந்தாள். அதைக் கவனித்த கௌதம் யோசனையுடன் தாயின் அருகே அமர்ந்து அவளது நெற்றியைத் தொட்டுப் பார்த்தான்.

"காய்ச்சல் இல்லையே" என்றான் வியப்புடன்.

"என் மகளைப் பார்த்தவுடன் என்ற அண்ணிக்கு வந்த காய்ச்சல் போயே போச்..." என்றாள் சிந்தாமணி, மகிழ்வாக.

சற்று நேரம் தாயுடன் பேசிக் கொண்டிருந்த கௌதம் எழுந்தான்.

"ஓ.கே.ம்மா... நான் ஆபீஸ் கிளம்புகிறேன்."

"போய் விட்டு வாப்பா."

கௌதம் அறையை விட்டு வெளியேறும்போது பூஜாவும் எழுந்தாள்.

"அத்தை... ஒன் மினிட்டில் வந்துவிடுகிறேன்" என்று கூறிவிட்டு கௌதமைப் பின்தொடர்ந்தாள்.

சிந்தாமணியின் விழிகளும் வசுந்தராவின் விழிகளும் சந்தித்துக் கொண்டன.

"நான் எனக்காகத்தான் என் மகன் மருமகளைக் கூப்பிட்டுக் கொண்டு வந்திருக்கிறான்னு நினைத்தேன் சிந்தா." பேசத் திணறினாள் வசுந்தரா.

"எனக்கும் அப்படித்தான் நினைப்பு இருந்தது அண்ணி. நம்ம கௌதம் வந்தவுடன் பூஜா இனி இந்த வீட்டிற்கு நல்ல மருமகளாக இருப்பாள்ன்னு சொல்லிச்சு. என்னடா மருமகன் எனக்கொரு நல்ல பெண்டாட்டியாக இருப்பாள்னு சொல்லாமல் இப்படிச் சொல்கிறாரேன்னு நினைச்சேன். காலையில் பார்த்தால் இரண்டு பேரும் ஒருத்தருக்கொருத்தர் ஊட்டிவிட்டுக்கிட்டு சாப்பிடுகிறாங்கோ." சிரித்தாள் சிந்தாமணி.

இவர்கள் பேசிக் கொண்டிருப்பதை அறியாத பூஜா, கௌதமைப் பின்தொடர்ந்து வாசலுக்குப் போனாள். கௌதமின் முகத்தில் குறுநகை மலர்ந்திருந்தது.

'இவள் எதற்காக வருகிறாளோ... தெரியவில்லை. ஆனால் இவள் இயல்பாய்ச் செய்யும் இச்செயல் என் அம்மாவின் மனதில் எவ்வளவு சந்தோசத்தை ஏற்படுத்தும் என்பதை அறியாத குழந்தையாய் என் பின்னே தொடர்ந்து வருகிறாளே?'

"ஏன் சிரிக்கிறீங்க?"

"நத்திங்..."

"நோ... சம்திங் இஸ் இன் யுவர் மைண்ட்."

   ஏதோ ஒரு நதியில்

"ஹா... ஹா... பூஜா, யு ஆர் சைல்ட்."

"யார்? நானா குழந்தை?"

"நீதான்..."

"டோன்ட் பிளே வித் மீ."

"ஓ. கே."

"உங்களிடம் ஒன்று கேட்க வேண்டும். அதனால்தான் உங்கள் பின்னால் வந்தேன்."

"இப்போது என்னிடம் ஏதோ கேட்க வேண்டுமென்பதற்காக என் பின்னாலே வந்தாய் என்கிறாய். ஓகே... பட் அன்று அந்தத் திருமண மேடையில் என் கையால் தாலியை வாங்கிக் கொண்டு என் கையால் தாலியை வாங்கிக் கொண்ட என் கையையப் பிடித்துக் கொண்டு அக்கினியை நான் சுற்றும்போது என் பின்னால் தொடர்ந்து வந்து சுற்றினாயே, அது ஏன்?"

"அது... அது..."

"உனக்கெல்லாம் அது சும்ம்ம்மா. பட், எங்களுக்கெல்லாம் அது ஏழேழு ஜென்ம பந்தம்."

பூஜா குற்ற உணர்வுடன் தலை கவிழ்ந்தாள். காரை நெருங்கிய கௌதம் கார்க் கதவைத் திறந்துகொண்டே அவளின் சங்கடத்தைப் பார்த்தான். மனதில் இரக்கம் பிறக்கக் கேட்டான்.

"ஓகே... லீவ் இட். இப்போது என்ன வேண்டும்?"

"நான் என் வீட்டிற்கு போய்விட்டு வர வேண்டும்."

"வாட்... உன் வீடா? எது உன் வீடு?"

"பொள்ளாச்சியில் என் அப்பாவின் வீட்டிற்குப் போய் விட்டு வர வேண்டும்."

"குட்... சரியாய் பேசிப் பழகு. இனி உன் வாழ்நாள் முழுவதும் என் வீடுதான் உன் வீடு. அண்டர்ஸ்டாண்ட்?"

"இதுபோல் என்னைட்ரீட் பண்ணுவதை அவாய்ட் பண்ணுங்கள் கௌதம். எனக்கு இது பிடிக்கவில்லை."

"உனக்கு என்னைக்கூடத்தான் பிடிக்கவில்லை. அதற்காக உன்னை அப்படியே விட்டுவிட முடியுமா?"

அவன் கோபமாய்க் கேட்க அவள் சட்டென்று நிமிர்ந்து, அவனைப் பார்த்தாள். கோதுமை நிற முகம் கோபத்தில் சிவக்கக் கேட்டபடி நின்ற அவனது தோற்றம் அவளது நெஞ்சில் பதிந்தது.

அவளையறியாமல் அவளது மனதில் நினைத்ததை வாய்விட்டுக் கூறி விட்டாள் பூஜா.

"உங்களைப் பிடிக்கவில்லையென்று எந்தப் பெண்ணாவது சொல்வாளா? உங்களை யாருக்குத்தான் பிடிக்காது? சும்மா என்னைத் திட்ட வேண்டும் என்பதற்காக இல்லாததையெல்லாம் சொல்லாதீர்கள்."

கௌதம் திறந்திருந்த கார்க் கதவை மூடிவிட்டான். இமைக்காமல் 'பிடித்திருக்கிறது' என்று இயல்பாய்ச் சொன்னவளையே பார்த்தான். இப்போது இப்படிச் சொல்கிறவள் ஏன் அன்று பிரிந்துபோனாள்?

"ஏன் கார்க் கதவை மூடிவிட்டீங்க? ஆபீஸ் போகவில்லையா?"

"நீ இப்படிப் பேசினால் எப்படிப் போவது?"

"ஏன்... நான் எதுவும் தவறாய்ப் பேசிவிட்டேனா?"

"நோ... நோ... சொல்ல வேண்டிய நேரத்தில் சொல்லாமல் இன்று போய் இப்படிச் சொல்கிறாயே?"

"யு ஆர் ஹேண்ட்சம்... இது உங்களுக்குத் தெரியாதா?"

"தெரியாது. நீ இப்போது சொல்லும் வரை, உனக்கு என்னைப் பிடித்திருக்குமென்று எனக்கேத் தெரியாது."

"இதற்குப் போய் இவ்வளவு உணர்ச்சி வசப்படுவானேன்? பெண்களை வசீகரிக்கும் தோற்றம் உங்களிடம் இருக்கிறது. அதைத்தானே சொன்னேன்?"

 ஏதோ ஒரு நதியில்

எதிரே நிற்பவள் அவனுடைய கௌரவத்தையும் சுயமரியாதையையும் ஆட்டிப் பார்த்தவள் என்பதை கௌதம் மறந்தான். தன் தாயை நோயின் தாக்கத்திற்கு ஆளாக்கியவள் என்பதையும் மறந்தான். என்னவோ பிரிந்து சென்ற காதலி திரும்பி வந்துவிட்டது போல் தாகத்துடன் அவளைப் பார்த்தான்.

❖

11

அவளைப் பருகுவது போல் ஒரு பார்வை பார்த்துக்கொண்டு நின்றவளை ஏறெடுத்துப் பார்க்க பூஜா சங்கடப்பட்டாள்.

'ஏன் இப்படி விழுங்கிவிடுவதுபோல் பார்க்கிறான்?'

அப்போது டிரைவர் காரின் அருகே வந்தான்.

"நான் வரணுமாங்க ஐயா?"

"வேண்டாம்..." என்றபடி தோட்டத்துப் பக்கம் சென்ற கௌதம் திரும்பி, "பூஜா... வா. ஸ்விம்மிங் பூலைப் பார்க்க வேண்டும் என்றாயே. பார்க்கலாம் வா" என்று அழைத்தான்.

'நான் எப்போது அப்படிக் கேட்டேன்?› திருதிருவென விழித்தபடி பூஜா அவனைத் தொடர்ந்து சென்றாள். பூச்செடிகள் சுற்றிலும் மறைவாய் வளர்ந்திருக்க, நடுவில் இருந்த நீச்சல் குளத்தின் அருகில் இருந்த சாய்வான மர பெஞ்சில் கைப்பெட்டியை வைத்துவிட்டு அமர்ந்த கௌதம் பெஞ்சில் சாய்ந்து கொண்டு,

"உட்கார்..." என்று கனிவுடன் கூறினான்.

'இவ்வளவு அன்பாய் இவன் யாரைச் சொல்கிறான்?' என்ற யோசனையுடன் அவள் சுற்று முற்றும் பார்க்க, "உன்னைத்தான் சொல்கிறேன் பூஜா. உட்கார்" என்றான் கௌதம்.

"என்னையா சொல்கிறீர்கள்?"

"வேறு யாரைச் சொல்வேன்? நீதானே என்னுடன் இருக்கிறாய்?"

கௌதமின் வார்த்தைகளில் ஏதோ மறைபொருள் இருப்பதைப் போல் அவளுக்குத் தோன்றியது. புரியாமல் அவனைப் பார்த்தபடி அவனருகே இயல்பாய் அமர்ந்தாள். அவன்

திருப்தியாய் புன்னகைத்துக் கொண்டான். அவளுக்கு அவன் சிரிப்பின் பொருளும் புரியவில்லை. குழந்தையாய் விழித்தாள்.

அவளது அறியாத்தனத்தை ரசித்தபடி அவன் கேட்டான்.

"என்னவென்று கேட்டுவிடு."

"என்னவென்று கேட்பதாம்? கேட்டால் சொல்லிவிடுவீர்களா?"

"உன்னிடம் சொல்லாமல் யாரிடம் சொல்வேன்?"

"நான் மட்டும் அப்படியென்ன ஸ்பெஷல்?"

"ஸ்பெஷல்தான்... ஏன் உனக்குத் தெரியாதா?"

"உண்மையிலேயே தெரியவில்லை. உங்களின் தோற்றம் வசீகரமும் அழகும் நிறைந்தது. இதை எந்தப் பெண்ணிடம் நீங்கள் கேட்டாலும் சொல்வாளே!"

"மற்ற பெண்களுக்கு என்னைப் பிடிக்க வேண்டும் என்ற எதிர்பார்ப்பு எனக்கில்லை. மற்ற பெண்களை வசீகரிக்க வேண்டும் என்ற எண்ணமும் எனக்கில்லை. நான் பேசுவது உன்னைப் பற்றி..."

"அதுதான் கேட்கிறேன். நான் மட்டும் என்ன ஸ்பெஷல்?"

"ஏனென்றால் உன் கழுத்தில்தான் நான் தாலி கட்டி இருக்கிறேன். சும்மா இல்லை. உன்னைப் பிடித்துப் போனதால், உன் தோற்றத்தில் வசீகரிக்கப்பட்டதால் உன் கழுத்தில் தாலி கட்டினேன். உனக்கு இது தெரியுமா?"

'எப்படித் தெரியும்? அவள்தான் காலையில் தாலியை வாங்கிக் கொண்டு மதியமே மும்பைக்கு பிளைட்டில் ஏறிவிட்டாளே.'

அவள் இதழ் கடித்து மௌனம் சாதிக்க, அவன் அவளை ரசித்துப் பார்த்தான். அவனது பார்வையைக் கண்ட அவள் முகம் சிவந்தாள்.

"அப்படிப் பார்க்காதீங்க."

"ஏன்?" அவன் உல்லாசமாய்ச் சிரித்தான்.

"நான் இப்போது சற்று முன்தானே சொன்னேன்."

"என்ன சொன்னாய்?"

"நினைவில்லையா?"

"நீ நினைவுபடுத்து."

"நான் உயிருள்ள மனுஷி. இயந்திரம் அல்ல."

அவள் சங்கடத்துடன் நகம் பார்த்தாள். அவன் அவளருகில் நகர்ந்து அமர்ந்தான். பூஜா விலகி அமர்ந்தாள்.

"ச்சு..." அவன் கோபமாய்ப் பார்த்தான்.

"ஏன் விலகிப் போகிறாய்?"

"என்னை விளையாட்டுப் பொம்மையாய் நினைக்காதீர்கள்."

"யார்? நான் அப்படி நினைத்தேனா? நானா உன் வாழ்க்கையுடன் விளையாடினேன்? நானா உன் கௌரவத்தை பங்கம் செய்தேன்? நானா உன்னைப் பெற்றவரை நோய்ப் படுக்கையில் தள்ளினேன்? இவ்வளவு கொடுமைகளையும் எனக்குச் செய்தவள் நீ. என் வாழ்க்கையில் நீ விளையாடிவிட்டு என்னைக் குற்றம் சொல்கிறாயா?"

பூஜா கண்ணீர் மல்க, அவனருகே அமர்ந்தாள். இப்போது அவன் நன்றாக விலகி அமர்ந்தான்.

அவன் முகத்தில் இருந்த கனிவு மறைந்து, கடுமை நிறைந்திருந்தது.

"இதற்குத்தான் நான் அப்படிச் சொன்னேன்." பூஜா நீச்சல் குளத்தை வெறித்தாள்.

"எதற்குத்தான்?" அவன் கேள்வியில் வெறுப்பு இருந்தது.

"உங்களது இளக்கம் தற்காலிகமானது. நிரந்தரமானது இப்போது நீங்கள் காட்டும் வெறுப்புத்தான். உங்களால் அவ்வளவு சீக்கரம் எனது செயலை மறந்து விட முடியாது. மன்னித்துவிடுங்கள் என்று நான் கேட்கப் போவதில்லை. ஏனென்றால் நான் செய்தது மன்னிக்க முடியாத பெரும் தவறு. அது எனக்கும் தெரியும். பட் நோ அதர்வே. நான் அதைச் செய்ய வேண்டியிருந்தது."

                    ஏதோ ஒரு நதியில்

"உன் பக்கம் ஆயிரம் நியாயம் இருந்திருக்கலாம். அதை என்னிடம் சொல்லியிக்கலாமே. உன்னை மும்பைக்கு நானே அழைத்துக் கொண்டு போயிருப்பேனே. நீ ஏன் ஒளிந்து மறைந்து ஓட வேண்டும்?"

"ஒரு வகையில் அது சிறுபிள்ளைத்தனம். இன்னொரு வகையில் நான் பயந்து போயிருந்தேன். என் அப்பாவின் உடம்பு சரியில்லை. உயிருக்கு ஆபத்து என்று வரவழைத்தார்கள். என்னைக் கைதி போல் சிறைப் பிடித்து உங்களுக்கு மேரேஜ் பண்ணி வைத்து விட்டார்கள்."

"உன் வீட்டில் தவறு செய்துவிட்டார்கள். அவர்களது காவலை உடைக்கும் வெறி, அதிலிருந்து தப்பிக்க நினைக்கும் பரிதவிப்பு உன் மனதில் வந்து விட்டது."

"யெஸ்... யு ஆர் கரெக்ட். என்னைக் கட்டிப்போட முடியுமா என்று அவர்களிடம் நான் விட்ட சவாலாய்க்கூட அது இருக்கலாம். இன்னொரு பக்கம் அவர்கள் தேர்தெடுத்த மாப்பிள்ளையும் அவர்களைப் போல்தானே இருப்பான் என்று, ஐ ஆம் ஸாரி. இருப்பார் என்று நினைத்தேன்."

அவள் தன்னையறியாமல், 'அவன்' என்று சொன்னதை, 'அவர்' என்று திருத்திச் சொல்ல அவனது மனவெம்மை கொஞ்சம் மறைந்த குளிர் பரவியது. இதமாய் உணர்ந்தவன், "ஏன் என்னை நீ பார்த்ததே இல்லையா? ஓ... என்னையே அடையாளம் தெரியாமல், 'யார் நீ' என்று கேட்டவள்தானே நீ? மறந்து விட்டாய் என்றல்லவா நினைத்துக் கோபப்பட்டேன். ஏன் அப்படிக் கேட்டாய்?" என்று வினவினான்.

"இல்லை கௌதம். உங்களைப் போட்டோவில்கூட நான் பார்த்தது இல்லை. அப்பாவிடம் எனக்குக் கல்யாணம் வேண்டாம்ன்னு தீர்மானமாய்க் கூறியிருந்தேன். அவர் நான் திருமணத்தைப் பற்றி கேட்டால் சம்மதிக்க மாட்டேன்னு நினைத்து எனக்குத் தெரியாமலே திருமணத்தை முடிவு செய்துவிட்டார்.

திருமணத்திற்கு முதல் நாள் ஈவினிங்தான் நான் பொள்ளாச்சிக்கே வந்தேன். வந்து பார்த்தால் வீடெல்லாம் உறவுக்காரர்களின்

கூட்டம். ஊருக்கே தெரிந்த என் திருமணத்தைப் பற்றி எனக்குத் தெரியவில்லை. இது எவ்வளவு பெரிய கொடுமையென்று யாராவது நினைத்துப் பார்த்தீர்களா?"

அவள் உதடு கடித்து உணர்வுகளைக் கட்டுப்படுத்திக் கொண்டாள் கௌதம் அவள் பக்கம் திரும்பி அமர்ந்து கொண்டான். அவன் முகத்தில் இரக்கம் தெரிந்தது.

"எனக்கு உன் ஆதங்கம் புரிகின்றது. ஆனால் இது உன் அப்பா செய்த தவறு. நானும் என் அம்மாவும் எப்படி அதற்குப் பொறுப்பாவோம்? உனக்கு ஒன்று தெரியுமா பூஜா? உன்னை எனக்கான மனைவியாக தேர்வு செய்தது என் அம்மா.

ஊரில் உள்ள மற்ற மாமியார்கள் போல் அவர்களை நினைத்து விடாதே. அவர்கள் விதிவிலக்கு. மருமகளை மகளாய்ப் பார்க்கும் தன்மை உடையவர்கள். 'பூஜா தாயில்லாத பெண் கௌதம். என்னைத் தன் தாயாய் நினைத்துக் கொள்வாள்.' இதுதான் அவர்கள் உன்னைப் பற்றிக் கூறும் போது கூறிய முதல் வார்த்தைகள். அவர்களுக்கு உன்னை மிகவும் பிடிக்கும் பூஜா. அவர்களுக்கு உன்னைப் பிடித்திருந்தால் மட்டுமே நான் அந்த வீடியோ கேசட்டைப் பார்த்தேன்."

"எந்த வீடியோ கேசட்?"

"சிந்தா அத்தையின் மகள் ரேவதியின் கல்யாண வீடியோ கேசட். அந்தக் கல்யாணத்தில்தான் அம்மா உன்னை முதன்முதலாய்ப் பார்த்தார்களாம். அதை நானும் பார்த்தேன்."

பூஜா படபடப்பாய் உணர்ந்தாள். தாங்க முடியாமல் நகம் கடித்தாள். பொறுமையில்லாமல் அவசரமாய்க் கேட்டாள்.

"உங்களுக்கு என்னைப் பிடித்திருந்ததா?"

கௌதமின் மனதில் தென்றல் வீசியது. அவளைக் குறும்பாகப் பார்த்தான். அவளது தவிப்பை ரசித்தான். பின் மெதுவான குரலில் அவளிடம் கிசுகிசுப்பாய் கேட்டான்.

"இதற்கு என்ன பதில் சொல்லட்டும்? பிடித்திருந்தது என்று சொல்லவா? இல்லை, பிடிக்கவில்லை. என் அம்மாவிற்காக கல்யாணம் பண்ணிக் கொண்டேன் என்று சொல்லவா?"

"உண்மை எதுவோ அதைச் சொல்லுங்கள்."

"உனக்கு நான் என்ன பதில் சொன்னால் பிடிக்கும்."

"விளையாடாதீர்கள் கெளதம். ப்ளீஸ்…"

அவளது கண்களில் கண்ணீர் தளும்பிவிட்டது. கெளதம் அவளை ஆச்சர்யமாய் பார்த்தான்.

"ஏய்ய்… ஏன் இப்படி எமோஷனல் ஆகிறாய்? பெரிய விளம்பரப் பட நிறுவனத்தின் நிர்வாகி, வெற்றிகரமான விளம்பரப் படங்களை எடுத்துத் தள்ளியவள், பல மாடல்களை உருவாக்கியவள், நீ போய் சிறு குழந்தை போல் கண்கலங்குகிறாயே."

"கெளதம்… இத்தனை அடையாளங்கள் இருந்தாலும் நானும் ஒரு பெண்தானே? நானே சொன்னது போல் உயிருள்ள மனுஷி. எனக்கும் எதிர்பார்ப்புகளும் ஏக்கங்களும் உண்டு. ப்ளீஸ்… சீக்கிரம் சொல்லி விடுங்கள்."

"ஓ. கே. ஓ. கே. நான் உண்மையைச் சொல்லிவிடுகிறேன். பூஜா, நீ அந்த வீடியோவில் பிரௌன் கலரில் ஜரிகை வேலைகள் செய்த சுடிதாரில் இருந்தாய். உன் ஒவ்வோர் அசைவும் எனக்குள் ஒரு மாற்றத்தையும் பாதிப்பையும் உண்டு பண்ணியது. அதுவரை நான் எந்தப் பெண்ணாலும் ஈர்க்கப்பட்டதில்லை. உன்னைப் பார்த்த பின்பு…" கெளதம் பேச்சை நிறுத்தி அவள் முகம் பார்க்க, அவள் பதற்றமாய்க் கேட்டாள்.

"என்னைப் பார்த்த பின்பு?"

"நான் உன்பால் வசீகரிக்கப்பட்டேன் பூஜா. உன்னை எனக்கு மிகவும் பிடித்திருந்தது."

அவள் முகத்தைப் பார்த்துக்கொண்டே இதைக் கூறினான் கெளதம். அவளது முகம் பூவாய் மலர்ந்தது. கண்கள் மின்ன அவனைப் பார்த்தவள் மனம் விட்டுச் சிரித்தாள்.

"நீ மட்டும் என்னிடம் பேசியிருந்தால், இந்த ஒரு வருடமும் துன்பமில்லாமல் கழிந்திருக்கும். நானே உன்னை, 'மும்பையில்

வேலைகளை முடித்துவிட்டு வா' என்று சொல்லியிருப்பேன். நீ அவசரப்பட்டு விட்டாய்."

"ஆமாம்... அவசரப்பட்டுத்தான் விட்டேன். மறுநாளே நான் ஒரு விளம்பரப் படத்தை பைனலைஸ் பண்ணி ஒப்படைக்க வேண்டி இருந்தது. அதற்கடுத்து இந்த ஒரு வருடமும் டைட் ஷெட்யூல்."

"காரணம் எதுவாக இருந்தாலும் நீ செய்த செயல் கொலைக்குச் சமானம் பூஜா. என் அம்மா மண்டபத்திலேயே மயங்கி விழுந்தார்கள். இந்த ஒரு வருடமும் அவர்கள் பட்ட வேதனை வார்த்தைகளால் அதைச் சொல்லிவிட முடியாது."

"இப்போது என்னைத் தேடி வந்தது போல், அப்போது தேடி வந்திருக்கலாமே?"

"ஏன் வர வேண்டும்?"

கௌதம் கடுமையாகக் கேட்டான். இனிய கனவு கலைந்தது போல் மலங்க மலங்க விழித்தாள் பூஜா. அவளது பார்வை அவனது மனதை இளக்கவில்லை. அவனது முகத்தில் எல்லையற்ற கோபம் தெரிந்தது.

அவன் அவளை வார்த்தைகளால் சுட்டான். அவனது கோபத்தைக் கண்டு அவள் பயந்தாள். இவனது கோபம் ஏன் தன்னை இந்த அளவுக்கு பாதிக்கிறது என்பதை அறியாதவளாய் குழம்பி நின்றாள். மழையை வேண்டி நின்ற வாடிய பயிர் மழை மேகத்தைப் பார்ப்பது போல் அவனைப் பார்த்து நின்றாள்.

—§—

  ஏதோ ஒரு நதியில்

12

"நான் ஏன் உன்னைத் தேடி வர வேண்டும்? நீ நான் கட்டிய தாலியை மதிக்காமல், மனைவியென்ற பொறுப்பை உணராமல் ஓடுவாய். நான் உன் பின்னால் தேடி வந்து உனக்கு கல்யாணத்தைப் பற்றியும் கணவன் மனைவி பந்தத்தைப் பற்றியும் டியூஷன் எடுத்து உன்னைக் கூட்டி வர வேண்டுமா? அதற்கு நீ வேறு ஆளைப் பார்க்க வேண்டும்.

இந்த கௌதமை என்னவென்று நினைத்துவிட்டாய். நீ மட்டும் தான் வெளிநாட்டில் படித்தவளா? நானும் அங்கே படித்தவன்தான். நான் கொங்குநாட்டுத் தங்கமாய்த் திரும்பி வரவில்லையா? உன்னைப் போலா இருக்கிறேன்?"

"கௌதம் ப்ளீஸ்... நான் மனம் போன போக்கில் வாழ்பவள் அல்ல. என் மனமும் கண்டபடி போகாது. எனக்கென்று சில கடமைகள் இருந்தன. நான்தான் உங்களைப் பாதிக்காமல் டைவர்ஸ் கொடுத்து விட ரெடியாக இருந்தேனே!"

பூஜா சொல்லி வாய் மூடுமுன்பே கௌதம் அவன் கன்னத்தில், 'பளார்' என்று ஓங்கி ஓர் அறை விட்டான்.

"கொன்றேவிடுவேன். உன்னோடு பேசவே எனக்குப் பிடிக்கவில்லை. இதைப் போல் நீ இரண்டாவது முறையாய் கூறுகிறாய். கல்யாணம் என்றால் உனக்கு அவ்வளவு விளையாட்டாய் போய்விட்டதா? சும்மா என்னிடம் பொம்மையில்லை என்று கூறிவிட்டு நீ என்னிடம் விளையாடிப் பார்க்க நினைக்கிறாய்.

என்னைப் பார்த்தால், நீ சொல்லும் ரத்தமும் சதையும் நிறைந்த உயிருள்ள மனிதனாய் உனக்குத் தோன்றவில்லையா? விளையாட்டுப் பொம்மையாகத்தானே தோன்றுகிறதா?"

அவன் அடித்த கன்னத்தைப் பிடித்துக் கொண்ட அசையாமல் நின்று விட்டாள் பூஜா. ஏனோ அவள் வாங்கிய அடி அவளுக்கு வலிக்கவில்லை; மாறாக இனித்தது. மெதுவாகப் பதில் கூறினாள்.

"நான் வேறு எப்படி உங்கள் துன்பங்களுக்குப் பரிகாரம் செய்வது கௌதம்? உங்கள் வாழ்க்கையை நீங்கள் வாழ வேண்டாமா?"

கௌதம் அவளை முறைத்தான். அவன் வாழ்வே அவள்தானே. அதை உணராமல் பேசுகிறவளைப் பார்த்துக் கொண்டே இருந்தான். பின் எழுந்து கைப்பெட்டியை எடுத்துக் கொண்டான்.

"கிளம்பிவிட்டீர்களா?" அவள் தவிப்புடன் கேட்டாள்.

"ம்ம்..." அவன் அவள் முகத்தைப் பார்க்காமல் திரும்பிக் கொண்டான்.

"ஐ ஆம் ஸாரி."

"எதற்கு?"

அவன் விழிகள் அவளை ஊடுருவின. அவளது கண்களில் இப்போது கண்ணீர் வழிந்தது.

"எல்லாவற்றிற்கும்..."

கௌதம் பெட்டியை மர பெஞ்சில் போட்டான். என்ன நடக்கிறது என்பதை அவள் உணரும் முன் அவளை தன்புறம் திருப்பி இழுத்து அணைத்து அவள் இதழோடு இதழ் பதித்தான்.

எங்கேயோ ஒரு பேரலை எழுத்து பூஜாவின் மேல் ஓசையின்றி விழுந்து அடித்து இழுத்துச் சென்றது. அதில் மூழ்கிப் போனவளின் கரங்கள் அவளையறியாமல் அவன் தோள்களைத் தழுவின. அவனுடன் இணைந்து, இசைந்து நின்றாள். அதை உணர்ந்த கௌதம் அவளை இறுக்கித் தழுவிக் கொண்டான்.

அவனது தோள் வளைவில் முகம் புதைத்த பூஜாவின் உணர்வுகள் அவள் வசத்தில் இல்லை. வானில் மிதக்கும் உணர்வுடன் இருந்தவளைச் சட்டென்று விடுவித்தவன், தன் கைப்பெட்டியை எடுத்துக் கொண்டு விறுவிறுவெனப் போய்விட்டான்.

                                        ஏதோ ஒரு நதியில்

பூஜா நிற்க முடியாமல் அங்கிருந்த மர பெஞ்சில் அமர்ந்துவிட்டாள். நடந்து முடிந்த நிகழ்வு அவளுள் ஒரு ரசாயன மாற்றத்தை உண்டு பண்ணியது. அவனது கார் கிளம்பிப் போகும் ஓசை கேட்டது. அவளது மனம் அவனது பிரிவைத் தாங்க முடியாமல் தவித்தது.

'இனி எப்போது வருவான். ரூமில் என்ன கூறினான்? நான் காலையில் போனால் நைட் தூங்கத்தான் வீட்டிற்கு வருவேன் என்று கூறினானே? மதியம் லஞ்சிற்கு கூட வரமாட்டானா?'

இதை எண்ணும்போதே... இப்படி ஏங்க தனக்கு என்ன தகுதியிருக்கிறது என்று அவளது மனம் அவளைச்சுட்டது. அவள் எதிலிருந்தோ தப்ப எண்ணி, விடுபட முடியாத துயரில் மாட்டிக் கொண்டாள். கௌதம் தன் வாழ்நாள் முழுவதும் அவளுடைய செயலை மன்னிக்கப் போவதும் இல்லை. மறக்கப் போவதும் இல்லை. அதே சமயம் அவளை விட்டு விலகப் போவதும் இல்லை. டைவர்ஸ் என்றதும் விட்டானே, ஓர் அறை!

அடிபட்ட கன்னத்தைத் தடவிக் கொண்டவளின் மனதில் விசித்திரமான ஒரு நிறைவு வந்தது. அவன் அவளுக்கு டைவர்ஸ் கொடுக்கவும் மாட்டான். அவளை விலக அனுமதிக்கவும் மாட்டான்.

'இது போதும்' என்று தோன்ற அவள் எழுந்து வீட்டிற்குள் சென்றாள். ஹாலில் நுழைந்ததும் அவள் கண்ணில் பூஜையறை தென்பட, அங்கே சென்று கண் மூடி வேண்டி நின்றாள்.

'எனக்கென்று ஒரு குறிக்கோள் இருந்தது. அதன் வழியில் நான் போனேன். எனக்கென்று ஒரு மனம் இருக்கிறது. அதில் பெண்மையின் தவிப்பும் ஏக்கமும் இருக்கிறது என்பதை இன்றுதான் உணர்ந்தேன். நான் செய்த தவற்றை எப்படிச் சீர் செய்யப் போகிறேன்? வழிகாட்டு தெய்வமே, உன் அருள்விழி காட்டு.'

சமையலறையில் இருந்து வசுந்தராவுக்கு சூடாக காபி எடுத்துக் கொண்டு போன சிந்தாமணி, பூஜையறையில் கண் மூடி வேண்டிக் கொண்டிருந்த பூஜாவை கண்டதும் ஆச்சர்யப்பட்டுப் போனாள்.

'என்னடா... இது இந்த அம்மிணிக்கு இப்படி ஒரு பக்தி எங்கேயிருந்து வந்தது? இத்தனை நாள் இந்த அமைதியும் பதவிசும் எங்கே ஒளிந்து கொண்டிருந்தது?'

கண் திறந்து பார்த்த பூஜா, சிந்தாமணியின் பார்வையைக் கண்டதும் முகம் சிவந்தாள்.

"என்ன சித்தி அப்படிப் பார்க்கிறீங்க?"

"என்னமோ உன்னைப் பார்க்கோணுமின்னு தோணுச்சு, பார்த்தேன். என்ர பொண்ணுக்கு இவ்வளவு பொறுப்பு எங்கிட்டு இருந்து வந்துச்சுன்னு ஆச்சர்யம்தான். வேறு என்ன அம்மிணி?"

"கையில் என்ன சித்தி?"

"என்ர அண்ணிக்கு. அதான்... உன்ர மாமியாருக்கு காபி கொண்டு போறேன். நல்ல குணசாலி பொண்ணைப் பெத்திருந்தால் நான் இதைப் பார்க்க வேணாம். நான்தான் கட்டிக் கொண்டு வந்தவுடனே மாமியாரை சீக்கில தள்ளின பொண்ணைக் கட்டிக் கொடுத்திருக்கேனே? இதையெல்லாம் நான்தானே பார்க்கோணும்?"

"ஏன் சித்தி, இதையெல்லாம் இனி நான் பார்க்க மாட்டேனா? என்னிடம் கொடுங்கள். நான் கொண்டு போய் கொடுக்கிறேன்."

"இப்ப இந்த ஒத்தை தம்ளரைக் கொண்டுபோய்க் கொடுத்தால் போதுமா? இந்த ஒரு வருசமா கட்டிலில் கிடந்த என்ர அண்ணிக்கு நீதான் வந்து பணிவிடை செய்தாயாக்கும்?"

"ஏன் சித்தி... நீங்களும் உங்கள் மருமகனைப் போல் அதையே சொல்லிக் காட்டுகிறீர்கள். நடந்ததை இன்னும் எத்தனை நாள் குத்திக்காட்டுவீர்கள்?"

"அப்படின்னா... என்ர மருமகன் இன்னும் கோபத்தில்தான் இருக்கா?"

சிந்தாமணி கொக்கி போட, பூஜா சுதாரித்துக் கொண்டாள்.

"விளையாட்டாய்ப் பேசுவார். எனக்கு மனதுக்கு கஷ்டமாகிவிடும். அதைத்தான் சொன்னேன். வேறு ஒன்றுமில்லை."

   ஏதோ ஒரு நதியில்

"அவ்வளவுதானா?" என்று நிம்மதியடைந்த சிந்தாமணி, "அது சரி... நீ இப்போது பகுமானமாய் காபி கொண்டு போய் உன்ர மாமியார் கையில் கொடுத்தால் மட்டும் போதுமா? மதியம், ராத்திரியெல்லாம் சாப்பாடு யார் போடுவார்கள்?"

"ஏன்? நான் சாப்பிட வைக்க மாட்டேனா?"

"நீ செய்துகொள்வாய் என்கிறாய்?"

"ஆமாம்..."

"நான் நிம்மதியாய் இந்த ஒரு வருஷமும் விட்டுப் பிரிந்திருக்கும் என் குடும்பத்தோடு சேர்ந்து கொள்ளலாமா. உன்னை நம்பி என் அண்ணியை விட்டு0 விட்டுப் போகலாமா?"

"இது என்ன சித்தி... அவங்க என் மாமியார்."

"இப்போ வந்திருக்கும் இந்தப் புத்தி அப்போது இல்லாமல் போச்சே. உன்னைப் பெரிசா நினைச்சுப் பெண் கேட்டு கட்டிப் போன குடும்பத்தை கதி கலங்கவச்சிட்டயே. சரி வா. காபி ஆறதுக்கு முன்னாடி அண்ணிகிட்ட வந்து கொடு."

"ஏன் சித்தி... இந்த ஒரு வருடமாய் நீங்கள் நம் வீட்டிற்கு போகவே இல்லையா?"

"எப்படி பூஜா போக முடியும்? என் சொந்தத்தைப் பெரிதாக நினைத்து என் அண்ணன் மகனுக்கு என் மச்சான் மகளைப் பெண் கேட்டு வந்தார்கள். நீ பொறுப்பில்லாமல் ஓடிப் போனாய். என் அண்ணி பேச்சு மூச்சில்லாமல் ஆஸ்பத்திரியில் கிடந்தார்கள். என்ர அண்ணன் மகன் ஒற்றை ஆளாய் நின்று தவிச்சுக்கிட்டு இருந்தப்போ, நான் விட்டு விட்டு எப்படிப் போக முடியும். என்ர குடும்பத்துப் பொண்ணு செஞ்ச தப்பிற்கு நான்தானே பொறுப்பு எடுத்துக்கணும்? நான் பொறுப்பை எடுத்துக்கிட்டேன்."

"சித்தி..."

"ஏண்டி அழுகுற? இனியாவது புத்தியோடு பிழைக்கப் பார். வா."

வசுந்தரா மருமகள் காபி கொண்டு வந்து கொடுக்கவும் மகிழ்ந்து போனாள். பூஜாவின் கையைப் பற்றி அருகே அமர

வைத்துக் கொண்டாள். காபியைக் குடித்துக்கொண்டே பூஜாவின் வேலையைப் பற்றி விசாரித்தாள். பூஜாவும் அவள் கேட்டதற்கெல்லாம் பதில் சொன்னாள்.

"அப்புறம்? சொல்லும்மா?"

"பெரிய கம்பெனிகளில் அவர்கள் தயாரிக்கும் பொருள்களை விளம்பரப்படுத்த நினைப்பார்கள் அத்தை."

"தெரியும்மா... நம்ம துணி மில்லுக்கும் விளம்பரப் படம் எடுத்தோமே!"

"அதேதான்... அந்த விளம்பரப் படங்களை எடுப்பதுதான் என் வேலை."

"ஓஹோ... அதை நீ தனி ஆளாய் பார்த்தாயா?"

"இல்லை அத்தை... ஒருவகையில் அது டீம் வொர்க். என்னிடம் பதினைந்து பேர் வேலை பார்த்தார்கள்."

"விளம்பரப் படம் எடுப்பதும் சினிமா எடுப்பது போல்தான் இல்லையா அம்மா?"

"ஆமாம் அத்தை... இதற்கும் கான்ஸெப்ட் ரெடி பண்ண வேண்டும். லொகேஷன் பார்க்க வேண்டும். பொருத்தமான ஆண், பெண்ணை தேர்வு செய்ய வேண்டும். மேக் அப் போட்டு நமக்குத் தேவையான தோற்றத்திற்கு அவர்களை மாற்ற வேண்டும். ஷூட் பண்ண வேண்டும். ம்யூசிக் போட வேண்டும். டயலாக் பேச வைக்க வேண்டும். எடிட்டிங் பண்ண வேண்டும். அப்புறம் ரிலீஸ் பண்ண வேண்டும்."

"இத்தனை வேலைகளையும் நீ ஒரே ஆள் பார்த்தாயா?"

"ஒரு வகையில் அப்படித்தான் அத்தை. எனக்கு உதவியாளர்கள் உண்டு. ஆனாலும் நானே எல்லாவற்றையும் பார்த்தால்தான் எனக்குத் திருப்தியாக இருக்கும்."

"விளம்பரம் என்பது இன்றியமையாதது ஆகிவிட்டது."

"ஆமாம் அத்தை. ஒரு முதலாளி அவரது தயாரிப்பை அதிக அளவு செலவு செய்து விளம்பரப்படுத்தினாராம். அவருடைய

   ஏதோ ஒரு நதியில்

தயாரிப்பும் மார்க்கெட்டிங் தரம் உயர்ந்ததும் மற்றவர்கள் எல்லாம் இனி இதற்கு விளம்பரம் எதற்கு என்று கேட்டார்களாம். அதற்கு அந்த முதலாளி, 'என்ஜின் இல்லாமல் மற்ற ரயில் பெட்டிகள் ஓட முடியுமா?' என்று கேட்டாராம்.

என்ஜின் என்பது விளம்பரம் அத்தை. அது இல்லாமல் இன்று எந்தப் பொருளும் மார்க்கெட்டில் களம் இறங்க முடியாது. விளம்பரத்தின் சக்தியே தனி சக்தி. 'லக்ஸ்' சோப் விளம்பரத்தில் நடிப்பவர்கள்தான் நம்பர் ஒன் மாடல் என்ற நிலைமை இன்றும் உண்டு. ஐஸ்வர்யா ராய் சினிமாவை விட அதிகம் நேசிப்பது விளம்பரத்தைத்தான். அசின் முதல் திரிஷா வரை சினிமாவுக்கு ஈக்குவலான கவனத்தை விளம்பரத்தில் வைக்கும் நடிகைகள் இன்று அதிகம் அத்தை.''

கண்கள் மின்ன விளம்பரத்துறையைப் பற்றி பேசும் மருமகளைக் காணும்போது அவள் அந்தத் துறையை எவ்வளவு நேசித்தாள் என்பதை வசுந்தராவால் புரிந்து கொள்ள முடிந்தது.

— ◦ —

13

பேசிக் கொண்டிருக்கும்போதே வசுந்தரா கண்களை அயர்வாய் மூடித் தூங்க ஆரம்பித்தாள். அவளது போர்வையைச் சரி செய்து விட்டு அவள் குடித்துவிட்டு வைத்த காலி டம்ளரை எடுத்துக் கொண்டு, நர்ஸ் கோமளாவைப் பார்த்தாள் பூஜா.

"பார்த்துக் கொள்ளுங்கள்."

"அதுதானே என் வேலை மேடம்."

பூஜா அறையை விட்டு வெளியேறினாள். எதிர்பட்ட வேலையாள் பொன்னியிடம் காலித் தம்ளரை குடுத்து விட்டு மாடிப்படி ஏறினாள். அறைக்கதவைத் திறந்து கொண்டு உள்ளே போய் கதவை மூடிவிட்ட சற்று நேரம் படுத்து எழுந்திருக்கலாம் என்ற நினைவில் படுக்கையில் விழுந்தாள். பழக்கமில்லாத ஓய்வில் கண்கள் மூட மறுத்தன. எரிச்சலுடன் புரண்டு படுத்தாள். அவளது செல் போன் ஒலித்தது. எடுத்துப் பேசினாள்.

"ஹலோ..."

"என்ன செய்து கொண்டிருக்கிறாய்?" என்றான் கௌதம்.

"கௌதம்... வாட் எ சர்ப்ரைஸ்?"

"ஏன்... என்னைப் பார்த்து ஒரு வருடம் ஆகிவிட்டதா?"

அவளது உற்சாகம் காற்றுப் போன பலூனாய் அடங்கிவிட்டது.

"என் செல் நம்பர் உங்களுக்கு எப்படித் தெரிந்தது?"

"லூஸ் மாதிரி பேசாதே. முதலில் நீ எங்கேயிருந்து பேசுகிறாய்?"

'லூசா?' கோபம் வந்தது அவளுக்கு.

"தேவையில்லாமல் திட்டாதீர்கள்."

"கேட்டதற்குப் பதில் சொல்."

"ஏன்? நம் பெட்ரூமில் இருந்துதான் பேசுகிறேன்."

அவள் இயல்பாய்க் கூற, மறுமுனையில் மௌனம் நிலவியது.

"ஹலோ... கௌதம். லைனில்தானே இருக்கிறீர்கள்?"

"நான் லைன் மாற மாட்டேன்." அவன் இரு பொருள்படக் கூறவும் அவள் முணுமுணுத்தாள்.

"இதில் ஒன்றும் குறைச்சல் இல்லை."

"வேறு எதில் குறைச்சலாய் இருக்கிறேன்?"

"சண்டை போடத்தான் போனில் கூப்பிட்டீர்களா?"

"சமாதானமாய்ப் பேசவும் இல்லை. அம்மா என்ன செய்கிறார்கள்?"

"இப்போதுதான் தூங்குகிறார்கள்."

"இவ்வளவு நேரம் என்ன செய்தார்கள்?"

"என்னுடன் பேசிக் கொண்டிருந்தார்கள்."

"உன்னுடனா... எதைப் பற்றி?"

"சும்மா... அட்வர்டைஸிங் சம்பந்தமாக பேசிக் கொண்டிருந்தோம்."

"ஈஸிட்? அம்மாவுக்கு அதிலெல்லாம் இன்ட்ரெஸ்ட் இருக்கிறதா?"

"இருக்கிறதே. என்னிடம் நிறைய கேட்டார்களே!"

"தேங்க்ஸ் பூஜா. அம்மா சாதாரணமாய் பேசி ஒரு வருடம் ஆகி விட்டது. நீ சொல்வதைக் கேட்கும் போது மனம் சந்தோசமாகிறது."

பூஜா மனம் வருந்தினாள். 'ஒரு வருடம்.' அவளால் வசுந்தரா நோய் படுக்கையில் விழுந்த ஒரு வருடம். அவளால் பட்ட கஷ்டத்தை மறைத்துக் கொண்டு அவளுக்கு நன்றி சொல்கிறானே.

"என்னால்தானே அவர்களுக்கு இந்த நிலைமை?"

"உன்னால்தானே அவர்கள் இந்த அளவுக்குப் பேசினார்கள்."

"நீங்கள் எனக்காகச் சொல்கிறீர்கள்."

"இல்லை. என் அம்மாவிற்காகத்தான் சொல்கிறேன். ஏனென்றால் நான் அவர்களுக்காகத்தான் உன்னை அழைத்து வந்தேன்."

"இல்லாவிட்டால் என்னைத் தேடி வந்திருக்க மாட்டீர்கள் இல்லையா?"

அவன் ஒரு கணம் மௌனமாக இருந்தான். பிறகு...

"உண்மைதான் பூஜா. என் அம்மாவிற்காகத்தான் நான் உன்னைத் தேடி வந்தேன்" என்றான்.

இப்போது அவள் மௌனித்தாள். அதை உணர்ந்தவன் போல் அவன் கேட்டான்.

"உனக்கு என்ன பரிசு வேண்டும்? கேள்."

"எதற்காக?"

"என் அம்மாவை நோயிலிருந்து மீட்டுக் கொண்டிருப்பதற்காக..."

"நான் என்ன டாக்டரா?"

"ஒருவகையில் அப்படித்தான்."

"எந்த வகையில்?"

"நீயே அவர்களுடைய நோய். அந்த வகையில்."

பூஜா உதட்டைக் கடித்துக் கொண்டு வேதனையில் ஆழ்ந்தாள். இவன் உண்மையாய்த்தான் சொல்கிறான். ஆனாலும்?

"என்ன பேச மாட்டேன் என்கிறாய்?"

"என்ன பேசுவது? குற்றவாளிக் கூண்டில் நிற்பவளுக்குப் பேச என்ன தகுதி இருக்கிறது?"

"ஏன் இல்லை? நோயும் நீயே. அதைத் தீர்க்கும் மருந்தும் நீயே என்ற வகையில் உனக்கு அந்தத் தகுதி உள்ளது. கேள். என்ன வேண்டும்?»

'நீதான் வேண்டும்' என்று சொல்லத் துடித்தது மனது. ஆனால் எப்படி அதைச் சொல்வது? எனவே மனக் குதிரைக்கு கடிவாளமிட்டபடி,

"மதியம் சாப்பிட வருவீர்களா?" என்று கேட்டாள்.

"நான் உனக்கு என்ன பரிசு வேண்டும் என்று கேட்டேன்."

"இதுதான் நான் கேட்கும் பரிசு..."

இப்போது அவன் மௌனம் சாதித்தான். பின்பு, பிரைவஸி வேண்டும் என்று நீ கேட்டதாக நினைவு" என்றான்.

"இப்போது தனிமை அச்சுறுத்துகிறதே!"

"ஏன்? அம்மா, அத்தை, வேலையாட்கள் என்று அத்தனை பேர் அங்கிருக்கிறார்களே?"

'எத்தனை மனிதர் கூட்டமிருந்தாலும் நீயில்லாத வாழ்வு எனக்குத் தனிமைதான்.'

நினைத்ததை வெளியில் சொல்ல முடியாதவளாய், "பட்... நீங்களும் இருந்தால் பெட்டர். தட்ஸ் ஆல்" என்றாள்.

"தட்ஸ் ஆல்?"

"ம்... தட்ஸ் ஆல்?"

"டிரை பண்ணுகிறேன். மதியம் லஞ்ச்சுக்கு நான் வீட்டுக்கு வந்ததில்லை. பெரும்பாலும் பிஸினெஸ் லன்ஞ்ச்தான்" என்றவன் போனை வைத்துவிட்டான்.

வருவானா மாட்டானா என்று மனம் கேள்வி கேட்க, பொறுமையின்றி அறையில் இருந்த டி.வி.யை உயிர்ப்பித்தாள் பூஜா. நிகழ்ச்சிகளைவிட நிகழ்ச்சியின் இடையில் வந்த விளம்பரங்களில் கவனம் செலுத்தினாள். இடையில் மணி பார்த்தாள். மதியம் ஒன்று... அவசரமாய் எழுந்து கீழே வந்தாள்.

வசுந்தராவின் அறைக்கு சிந்தாமணி சாப்பாடு எடுத்துக் கொண்டு போய்க் கொண்டிருந்தாள்.

"சித்தி... அத்தைக்கு நான் சாப்பாடு கொடுக்கிறேன்."

"மகராசியாய்க் கொடு. நான் வேணாமின்னா சொல்லுவேன்?"

வசுந்தராவின் முகம் துடைத்துக் கொண்டிருந்தாள், நர்ஸ் கோமளம். சிந்தாமணி வசுந்தராவின் நெற்றியைத் தொட்டுப் பார்த்துவிட்டு அவள் எழுந்து அமர, வசதி பண்ணிக் கொடுத்தாள். பூஜா அவளருகில் கட்டிலில் அமர்ந்து கொண்டு சாப்பாட்டை ஸ்பூனில் எடுத்து ஊட்ட ஆரம்பித்தாள்.

"நான் சாப்பிட்டுக் கொள்கிறேனம்மா."

"கை நடுங்கும் அத்தை. இன்னும் கொஞ்சம் உடம்பு தேறட்டும்."

பேசியபடி வசுந்தராவைச் சாப்பிட வைத்துவிட்டாள் பூஜா. கடைசி ஸ்பூன் சாதத்தை அவள் ஊட்டிக் கொண்டிருந்தபோது அந்தக் காட்சியைப் பார்த்தவாறு கௌதம் உள்ளே நுழைந்தான். அவனைப் பார்த்த வசுந்தரா வியப்படைந்தாள்.

"கௌதம் நீயாடா?"

"நான்தான் அம்மா. மதியம் லஞ்ச் சாப்பிட வந்தேன்."

"ஆனால் மதியத்தில் நீ வீட்டிற்குச் சாப்பிட வர மாட்டாயே?"

தாய்க்குப் பதில் சொல்லாமல் பூஜாவின் முகத்தை ஆராய்ந்தான் கௌதம். அவள் முகத்தில் மகிழ்ச்சி சுடர்விட்டுப் பிரகாசித்தது.

'ஏன் மகிழ்ந்து போகிறாய்? விட்டுப் பிரிந்து பின் நழுவியது நீதானே? உன்னைத் தேடி நான் வந்தபோது அடையாளம் தெரியாமல், 'யார் நீ' என்று கேட்டதும் நீதானே? என்னுடன் வரமறுத்து நஷ்ட ஈடு தருகிறேன் என்று பேரம் பேசியவள் நீதானே? இன்று காலையில்கூட விவாகரத்தைப் பற்றிப் பேசி விட்டுக் கன்னத்தில் அறை வாங்கியவளும் நீதானே? இத்தனையும் செய்துவிட்டுக் காலையில் என் அணைப்பில் ஏன் அடங்கினாய்? என் அம்மாவிடம் ஏன் இவ்வளவு பரிவு காண்பிக்கிறாய்? என்னைப் பார்க்க ஏன் தவிக்கிறாய்?'

    ஏதோ ஒரு நதியில்

"வழக்கத்தை இன்று மாற்றிக் கொண்டுவிட்டேன் அம்மா." கௌதம் பூஜாவைப் பார்த்துக் கொண்டே வசுந்தராவிடம் பதில் கூறினான்.

'எனக்காக வந்திருக்கிறான்.' அந்த எண்ணமே இனிக்க, பூஜாவின் உள்ளம் சிறகடித்தது.

வசுந்தரா சாப்பிட்ட பாத்திரங்களை எடுத்துக் கொண்டு வெளியில் வந்து பொன்னியிடம் கொடுத்தாள். பின்னாலேயே வந்த கௌதம் தாழ்ந்த குரலில், "நீ கேட்டதைச் செய்துவிட்டேன். சந்தோஷம் தானே?" என்றான்.

"ம்ம்..." அவள் முகமலர்ச்சியாய் தலையாட்டினாள்.

"வா... சாப்பிடலாம்."

அவர்கள் மெதுவான குரலில் பேசியவாறு டைனிங் ஹாலை நோக்கிப் போவதைப் பார்த்துக் கொண்டிருந்த வசுந்தராவின் மனம் மகிழ்ந்தது.

"பார்த்தாயா சிந்தாமணி?"

"ஆமாம் அண்ணி. மதிய நேரம் கோடி கோடியாய் கொட்டிக் கொடுத்தாலும் வீட்டுப் பக்கம் எட்டிக் கூட பார்க்காத என்ற மருமகன் இன்றைக்கு வீட்டுக்குச் சாப்பிட வந்திருக்கு. இந்த அதிசயத்தை எங்கே போய் சொல்வது அண்ணி?"

"பெண்டாட்டி மேல் இவனுக்குப் பிரியம் இல்லாமல் இல்லை."

"என்ர கூறு கெட்ட மகள் அடிச்ச கூத்திற்கு யாராய் இருந்தாலும் வெறுத்துவிடுவார்கள். என்ர மருமகனாய் இருக்கக் கொண்டு இழுத்து வந்து பொழப்பு நடத்துது."

"போனதையெல்லாம் மறந்துவிடுவோம் சிந்தா."

"நீங்க சொன்னால் சரிதான் அண்ணி."

"சின்னப் பிள்ளை. அதும் வேலை மேல அதுக்கிருக்கிற ஈடுபாட்டைக் காலையில் கேட்டாயில்லையா? கேட்டதுக்கு அப்புறமும் அதைத் தப்பும் தவறுமாய் பேசக்கூடாது. வேலை மேல இருந்த ஆர்வத்தில் சொல்லாமல் கொள்ளாமல் ஓடி

விட்டது. என் மகன் போய் கூப்பிட்டதும் வந்துவிட்டதா இல்லையா? நாம அதைத்தான் பார்க்கோணும்."

"சரிங்க அண்ணி. நீங்க மனசைப் போட்டு உழப்பிக்காம சித்த நேரம் தூங்கி எந்திரீங்க. ஏன் அம்மிணி கோமளா, இப்படி வாய் பார்த்துக்கிட்டு நிற்காட்டி என்ர அண்ணிக்குக் கொடுக்க வேண்டிய மாத்திரை மருந்தை காலகாலத்தில் கொடுக்கிறதுதானே? நான் சொல்லித்தான் செய்யோணுமாக்கும்?"

"இல்லை மேடம். இதோ கொடுத்துவிடுகிறேன்."

கோமளம் மாத்திரை மருந்துகளை எடுத்துக் கொண்டு வசுந்தராவிடம் விரைந்தாள். சிந்தாமணி டைனிங் ஹாலை நோக்கி நடந்தாள்.

"அத்தை... நீங்களும் எங்களுடன் சாப்பிடுங்கள்."

"இருக்கட்டும் மருமகனே. நீங்கள் புதிதாய்க் கல்யாணம் பண்ணி ஜோடி, சேர்ந்து சாப்பிடுங்கள்."

"சேர்ந்து சாப்பிடுங்கன்னு சொல்லிவிட்டுப் பரிமாறப் போனால் எப்படி? நாங்கள் எங்களுக்கு வேண்டியதைப் போட்டு சாப்பிட்டுக் கொள்கிறோம்."

"கரடி போல் நிற்காமல் இடத்தைக் காலி பண்ணு என்கிறாய்."

கௌதம் பதில் சொல்லாமல் சிரித்தான். சிந்தாமணியும் சிரித்துக் கொண்டே போய்விட்டாள். பூஜா கௌதமிற்குப் பரிமாற ஆரம்பித்தாள்.

"நீயும் சாப்பிடு."

"நான் அப்புறம் சாப்பிட்டுக் கொள்கிறேன்."

"சேர்ந்து சாப்பிடத்தானே வரச் சொன்னாய்?"

"ஊஹூம், உங்களைச் சாப்பிட வைக்கத்தான் வரச் சொன்னேன்."

"கூட யாரும் சாப்பிட வராவிட்டால் நான் சாப்பிட மாட்டேனே!"

                    ஏதோ ஒரு நதியில்

"பிடித்தால் உடும்புப் பிடிதான்."

"எப்போது உன்னைத் தொட்டுப் பிடித்தேன்? இன்று காலையிலா?"

பூஜா வெட்கத்துடன் முகம் சிவந்தாள். கௌதம் அதை ரசித்தவாறு சாப்பிட ஆரம்பித்தான். பூஜா தனக்கும் பரிமாறிக் கொண்டு அருகே அமர்ந்தாள். மதிய நேரம், காலையும் மாலையும் போல் குளுமை இல்லாத நேரம். அந்த நேரம்கூட அவர்களுக்கு குளுமையாய் இருந்தது போல் தோன்றியது.

—◦○◦—

14

"மும்பையில் எப்படி சாப்பிடுவாய்?" கௌதம் வினவினான்.

"வாயால்தான்." பூஜா சிரிக்காமல் பதில் சொன்னாள்.

"ஜோக்? ஆனால் சிரிப்புத்தான் வரவில்லை."

"உங்களுக்கு சிரிக்கத் தெரியவில்லைன்னு சொல்லுங்கள்."

"இது ஜோக். ஹா ஹா ஹா..."

பூஜா பொய்யாய் முறைத்தாள். அவனது தட்டில் பொறியலைக் கொஞ்சம் வைத்தபடி, "யூனிட்டில் வேலை செய்பவர்கள் எல்லோருக்கும் ஹோட்டலில் இருந்து சாப்பாடு வரவழைத்து விடுவோம்" என்று கூறினாள்.

"உனக்கும் சேர்த்தா?"

"நானும் யூனிட்டில் ஓர் ஆள்தானே!"

"ம்ம்... நான் ஹோட்டல் போய் சாப்பிடுவேன்."

"ஜாலியாய் பிஸினெஸ் லன்ச்."

"அதில் என்ன ஜாலி? பிஸினெஸ் வேறு; வயிறு வேறு. இரண்டையும் ஒன்றாகக் கவனித்தால் ஜாலி எங்கிருந்து வரும்?»

"அப்புறம் எதற்கு பிஸினெஸ் லன்ச்? அவாய்ட் பண்ணிவிட வேண்டியதுதானே?"

"எப்படி முடியும்? வந்திருக்கும் விருந்தினரை சரிவர உபசரித்து விருந்து கொடுத்துக் கொண்டே வியாபாரம் பேசி முடிக்க வேண்டும். அது முக்கியம் ஆயிற்றே. உன் பீல்டில் பிஸினெஸ் லன்ச் இல்லையா?"

"இல்லை. நான் அதை என்கரேஜ் பண்ணுவது இல்லை."

கௌதம் மெச்சுதலாய் புன்னகைத்தான்.

"உன் குணத்திற்கு நீ தேர்ந்தெடுத்த ஃபீல்டு எப்படி ஃபிட் ஆனது என்பதுதான் எனக்கும் புரியவில்லை. ஆனால் நீ நிறைய சாதித்து இருக்கிறாய்."

"எங்கேயிருந்தாலும் நான் நானாக இருக்க முடியும். என்னால் அது முடிந்தால் வெற்றி பெறவும் முடிந்தது."

பேசிக்கொண்டே அவர்கள் சாப்பிட்டு முடித்துவிட்டனர். கைகழுவி விட்டு பூஜாவைப் பார்த்த கௌதம், "ஐ வான்ட் டு டேக் சம் ரெஸ்ட்." என்றான்.

"இதை என்னிடம் சொல்லுவானேன்."

"பெர்மிஷன் கேட்கத்தான்."

"நீங்கள் ரெஸ்ட் எடுக்க என்னிடம் பெர்மிஷன் கேட்க வேண்டுமா?"

"நிச்சயமாய். காலையில் இருந்து நைட்வரை அது உன் ரூம். நான் டிஸ்டர்ப் பண்ண மாட்டேன். உன் பிரைவஸியில் தலையிட மாட்டேன் என்று உனக்கு உறுதி அளித்திருக்கிறேன்."

"போதுமே... பகலில் பக்கம் பார்த்துப் பேசுன்னு எனக்குச் சொல்லிவிட்டு நீங்கள்தான் டமாரம் அடிக்கிறீங்க. பேசாமல் ரூமுக்கு வருகிறீங்களா?"

அவள் முன்னால் தாவிப் படியேறினாள். அவளது வேகத்திற்கு ஈடுகொடுக்கும் வகையில் கௌதமும் விரைவாய் அவளைப் பின்தொடர்ந்தான். அறைக் கதவைத் திறந்தபோது இருவருக்கும் மூச்சு வாங்கியது. ஒருவரை ஒருவர் பார்த்துச் சிரித்துக் கொண்டார்கள்.

"ஏன் ஓடி வந்தாய்?" கௌதம் வினவியபடியே கதவைத் தாழிட்டான்.

"நான் ஓடி வந்தால் நீங்களும் ஓடி வரவேண்டுமா?"

"பின்னே வேண்டாமா?"

"இது என்ன மும்பையா? விட்டால் நான் பறந்து விடுவேன் என்று நினைப்பதற்கு?"

"ஒரு வருடத்திற்கு முன் நீ கோயம்புத்தூரில் இருந்துதான் பறந்து போனாய்."

பூஜாவின் முகம் கூம்பிவிட்டது.

'மறக்கவே மாட்டானா? எப்படி அவனால் மறக்க முடியும்?' அதே நினைவோடு கட்டிலில் அவனருகே படுக்கும் நினைவில்லாமல் படுத்தாள். கௌதமின் முகம் விகசித்தது.

"பூஜா... ஜஸ்ட் அரைமணி நேரம். அதற்கு மேல் என்னை எழுப்பி விடுகிறாயா?" கௌதம் கேட்டபடி விழிகளை மூடினான்.

"ஓ... யெஸ்." உற்சாகமாய் கூறியபடி தானும் கண் மூடிய பூஜா உறங்கி விட்டாள்.

ஆழ்ந்த உறக்கத்தில் எங்கோ செல்போன் மணியடித்தது. புரண்டு படுத்த பூஜா அரை உறக்கத்தில் பேசினாள்.

"ஹலோவ்வ்..."

"ஹலோ சொல்கிறாயா? இல்லை கொட்டாவி விடுகிறாயா?"

பூஜாவின் தூக்கம் பறந்தோடிவிட்டது. அரக்கப் பரக்க எழுந்தவள் அருகே கௌதமைத் தேடினாள். பக்கத்தில் அவன் இல்லை. மாறாக, டெலிபோனில் அவன் குரல் அழைத்தது.

"என்ன? பெட்டில் என்னைத் தேடுகிறாயா?"

"ஆமாம்... எங்கே இருக்கிறீங்க?"

"ஆபிஸில்."

"என்னை எழுப்பச் சொன்னீர்களே?"

"ஆமாம். எழுப்பச் சொன்னேன். அரைமணி நேரம் தூங்க வேண்டியவன் ஒரு மணி நேரம் தூங்கி விட்டு விழித்துப் பார்த்தேன். நீ அயர்ந்து தூங்கிக் கொண்டிருந்தாய். ஓ.கே. பாவம் எழுப்ப வேண்டாமென்று நான் கிளம்பி வந்துவிட்டேன். இங்கே வந்து வெகு நேரம் ஆகிவிட்டது. ஒருவேளை, நீ இன்னும்

தூங்கிக் கொண்டிருக்கிறாயோன்னு போன் பண்ணினால் நீ மெய்யாகவே தூங்கிக் கொண்டுதான் இருக்கிறாய். மணி என்ன தெரியுமா? ஆறு."

"மை காட்... கௌதம் நீங்கள் எழுந்தபோதே என்னை எழுப்பி விட்டிருக்கலாமில்லையா?"

"நல்ல கதை போ. எப்படி எழுப்பியிருக்க வேண்டும் என்கிறாய். 'பூஜா... பூஜா... எழுந்து என்னை எழுப்பிவிடு'ன்னு எழுப்பியிருக்க வேண்டுமா?"

"ஸாரி... ஸாரி."

"ஓ. கே. அம்மா உன்னைக் காணோமென்று தேடுவார்கள். போ."

"ம்ம்... தேங்க்யூ..."

பூஜா போனை அணைத்துவிட்டு எழுந்து குளியலறைக்குள் புகுந்தாள். முகம் கழுவி தலைவாரி, லேசான ஒப்பனையுடன் கீழே இறங்கி வசுந்தராவின் அறைக்குள் விரைவாய்ச் சென்றாள்.

"ஸாரி அத்தை. தூங்கிவிட்டேன். உங்களுக்குக் காபி கொண்டு வரட்டுமா?" என்று பவ்யமாய் வினவினாள்.

"இதுதான் நீ காபி குடுக்கும் நேரமா? இந்த லட்சணத்தில்தான் உன் அத்தையை கவனித்துக் கொள்ளப் போகிறாயா?" சிந்தாமணி கடிந்து கொண்டாள்.

"தூங்கி விட்டேன் சித்தி."

"தூங்குற நேரத்தில் தூங்கோணும். விழிக்கிற நேரத்தில் கரெக்டா விழிக்கோணும். அதுதான் பொண்ணுக்கு அழகு."

"விடு சிந்தா. பயணக் களைப்பு, காலையில் வந்ததில் இருந்து என் மருமகள் என்னைத்தானே சுத்திச் சுத்தி வருகிறாள். கொஞ்ச நேரம் கண் அயர்ந்தால் தப்பில்லை...»

"அது சரி அண்ணி. மாமியாரும் மருமகளும் ஒன்னாச் சேர்ந்துட்டிங்க. இனி இந்த சிந்தாமணிக்கு இங்கே என்ன வேலை? நீங்களாச்சு உன்ர மருமகளாச்சு. நான் நாளைக்கே என்ற குடும்பத்தைப் பார்த்துக் கிளம்புகிறேன்."

"சித்திக்கு சித்தப்பாவை பார்க்க இது ஒரு சாக்கு."

"போடி வாயாடி. நீ உன்ர குடும்பத்தை விட்டு ஒரு வருசம் போனதால நான் என்ர குடும்பத்தை விட்டுவிட்டு இங்கே வந்து டேரா போட வேண்டியதாகிருச்சு."

'ஆரம்பித்தாகி விட்டதா? இதிலிருந்து தப்பிக்கவே முடியாதா?' பூஜா முகம் வாடினாள். வசுந்தரா அதை ஜாடையாகப் பார்த்துவிட்டு பொன்னியிடம், "மருமகளுக்கு காபி கொண்டு வாம்மா" என்று கூறினாள்.

"ஏம்மா... எனக்குக் காபி கொண்டு வரட்டுமான்னு கேட்டியே? நீ முதலில் காபி சாப்பிட்டாயா? இந்தா சாப்பிடு."

பூஜாவின் தலை கோதி அவள் கையில் காபியைக் கொடுத்தாள் வசுந்தரா. அந்தப் பாசத்தில் நெகிழ்ந்து போனாள் பூஜா.

மாமியாரைப் பார்த்துக் கொண்டே அவள் குடித்துக் கொண்டிருக்கும்போது, "சும்மா வெறும் கையில் கொடுத்து குடிக்கச் சொல்லக் கூடாதும்மா. வாயில் வைத்து புகட்டி விட வேண்டும்" என்று கூறியவாறு கெளதம் கையில் பெட்டியோடு உள்ளே வந்தான். அவனைக் கண்டதும் பூஜாவின் முகம் மலர்ந்தது.

⚬

　　　　　　　　　ஏதோ ஒரு நதியில்

15

மாடி பால்கனியில் இருந்து பார்க்கும்போது வீட்டின் கீழ்ப்புறம் விளக்குகளால் ஒளிர்ந்து கொண்டு அழகாக இருந்தது. இன்றுதான் இங்கு வந்திருக்கிறோம் என்ற நினைவேயில்லாமல் காலம் காலமாய் இந்த வீட்டில் இருந்தது போன்ற ஒட்டுதல் இந்த வீட்டின் மேல் பூஜாவிற்கு விழுந்து விட்டிருந்தது.

பொள்ளாச்சியில் இருந்த அவளுடைய வீட்டில் தனிமையில்தான் அவள் வளர்ந்தாள். சிறுவயதிலேயே தாயை இழந்து விட்டவளுக்கு தாய்க்கு தாயாய் இருந்து வளர்த்த விநாயகம் மட்டும்தான் துணை. அவரால் அவள் கேட்டதையெல்லாம் நிறைவேற்ற முடிந்தது. ஆனால் இத்தனை உயிர்ப்புள்ள ஒரு குடும்பச் சூழலைத் தரவே முடிய வில்லை.

பிறந்ததில் இருந்து உணர்ந்தறியாத ஓர் உயிர்ப்பை அவள் இந்த வீட்டில் உணர்ந்தாள். நோய்வாய்ப்பட்டிருந்தாலும் அந்த வீட்டையே நிறைத்த தாய்மை உள்ளம் கொண்ட வசுந்தரா, சம்பளத்திற்காக இல்லாமல் உண்மையான பாசத்தோடும் விசுவாசத்தோடும் வேலை பார்க்கும் வேலையாள்கள், இத்தனைக்கும் மேலாக கௌதம், அவனின் அருகாமை தரும் ஆனந்தம்...

'இதைவிட்டா நான் ஓடினேன்?' தனக்குத்தானே கேட்டுக் கொண்டாள் பூஜா.

'எதைப் பிடிக்க ஓடினேன்? எத்தனை ஆயிரம் வெற்றிகள் பெற்றாலும் ஏதோ ஓர் நதியில் இறங்குவதைப் போல் நான் உணரும் இந்த உணர்விற்கு ஈடாகுமா?'

"என்ன பார்த்துக் கொண்டிருக்கிறாய்?" வினவியவாறு கௌதம் அவள் அருகில் வந்து நின்றான்.

"சும்மா... பகலில் தூங்கியதால் தூக்கம் வரவில்லை. மேலே இருந்து நம் வீட்டை வேடிக்கை பார்த்தேன்.''

'நம் வீடு.' இதை எவ்வளவு இயல்பாய்க் கூறுகிறாள். கௌதம் மாடி பால்கனி கைப்பிடியில் சாய்ந்து கொண்டு அவளைப் பார்த்தான்.

அலுவலக உடையைக் களைந்து பெர்முடாஸ், காட்டன் சட்டையில் இருந்தான். மெலிதாக விசிலடித்தான்.

"என்ன இன்றைக்கு இவ்வளவு உற்சாகம்?''

பூஜா வினவியதும் சிரித்தான்.

"தினமும் என்னுடன் இருந்தவள் போல் இது என்ன கேள்வி? நேற்று காலையில் என் பார்வையில் மாட்டினாய். நேற்று மாலையில் என் கைதியானாய். இன்று காலையில்தான் இந்த வீட்டிற்கே வந்திருக்கிறாய். மறந்து விட்டதா?''

அவள் மௌனமாக நகம் கடித்தாள். கௌதம் அவளைப் பாராதது போல் பார்த்தான். பிங்க் நிற நைட்டி அணிந்திருந்தாள். தலைமுடியை விரித்துப் போட்டிருந்தாள். முகத்தில் சந்தோசமும் சோகமும் மாறி மாறி வந்து போய் கொண்டிருந்தது. தனது பேச்சில் பாதிக்கப்பட்டிருக்கிறாள் என்பது புரிய, பேச்சை மாற்றினான்.

"நைட் ஏன் சரியாகச் சாப்பிடவில்லை?''

"இல்லையே. எப்போதும் நைட்டில் சாப்பிடுவதைவிட அதிகமாய் சாப்பிட்டேனே!''

"இது அதிகமா? உன்னிடம் வேலை செய்யும் மாடல்கள்தான் டயட்டில் இருக்கவேண்டும். நீ ஏன் டயட்டில் இருக்க வேண்டும்?''

"கௌதம்... நான் ஒன்றும் டயட்டில் இருக்கவில்லை.''

"ம்ம்... நம்ப முயற்சி செய்கிறேன்.''

இருவரும் சிறிது நேரம் பேசிக் கொண்டிருந்துவிட்டு படுக்கப் போனார்கள்.

                                    ஏதோ ஒரு நதியில்

கௌதம் இயல்பாய், "குட்நைட்" என்றான்.

"குட்நைட் கௌதம்…" என்றபடி அவனருகில் படுத்தவள் தூங்கிப் போனாள்.

பூஜா கோயம்புத்தூர் வந்து பதினைந்து நாள்களாகிவிட்டன. அவள் அந்த வாழ்க்கைக்கு பழகிப் போனாள்.

முதல்நாள் தோட்டத்தில் அவளைத் தொட்டுத் தழுவி முத்தமிட்ட கௌதம், அதன்பின் அந்த நினைவே இல்லாதவன் போல் நடந்து கொண்டான். அவளிடமிருந்து விலகியே இருந்தான். அதே சமயம் அவளைக் கண்ணுக்குள் வைத்துக் கவனித்துக் கொண்டான்.

தினமும் கூட அமர்ந்து சாப்பிட வைத்தான். அவளுக்காக மதிய உணவுற்கு வீட்டிற்கு வந்தான். மாலையில் சீக்கிரம் வீடு திரும்பினான்.

இரவு உணவு முடிந்தவுடன் தோட்டத்திற்குள் வாக்கிங் அழைத்துப் போனான். நிறையப் பேசினான். அவளுக்கு வேண்டியதைக் கேட்டு வாங்கி வந்து கொடுத்தான்.

இந்தச் சூழ்நிலையில்தான் அவள் கௌதமுடன் ஒரு திருமண வரவேற்பில் கலந்து கொள்ளப் போக வேண்டியிருந்தது.

"என் அப்பாவின் நண்பரின் மகன். எனக்கு நண்பனும் கூட. நம்மைப் போல் அவர்களுக்கும் மில் உண்டு. நாம் கட்டாயம் போக வேண்டும்."

காலையில் அலுவலகம் கிளம்பும் போது அவன் கூறினான். அதைக் கேட்ட பூஜாவிற்கு கொள்ளை மகிழ்ச்சியாய் இருந்தது. அவனோடு சேர்ந்து முதன் முதலாய் வெளியில் போகிறாள். நீதோசப்படும் போது அவளது மனம் கேட்டது, 'ஏன் இதற்கு முன் அவனுடன் மும்பையிலிருந்து தனியாகத்தானே கிளம்பி வந்தாய்.'

'அதற்குப்பெயர் வெளியே போய் வருவதா? குச்சி ஒன்றுதான் கையில் இல்லை. மற்றபடி அவளை மிரட்டி உருட்டி அவன் அழைத்து வந்ததைப் போய் வெளியே அழைத்து வந்ததாய் எடுத்துக் கொள்வதா? நெவர்.'

பூஜா மதியத்திலிருந்தே உற்சாகமாய் தயார் ஆனாள். இதோ போகப்போகிறேன், அதோ போகப் போகிறேன் என்று மிரட்டிக் கொண்டிருந்த சிந்தாமணியும் முதல் நாள்தான் பொள்ளாச்சிக்கு கிளம்பிப் போயிருந்தாள்.

"காலகாலத்தில் மறுவீட்டு விருந்திற்கு வந்துவிட்டு திரும்பிவிடுங்க கௌதம். இல்லைன்னா ஊரே பேசித் தெளித்துவிடும்" என்று எச்சரித்து விட்டுக் கிளம்பிப் போனாள்.

கௌதம் அவளுக்குப் பிடிகொடுத்து பதில் அளிக்கவில்லை.

"பார்க்கலாம் அத்தை..." என்று பட்டுக் கொள்ளாமல் பதிலளித்தான்.

பூஜாவிற்கு அதில் வருத்தம்.

"ஏன் போய் விட்டு வந்தால்தான் என்ன?" என்று கௌதமிடம் கேட்டாள்.

"போகலாம்."

"எப்போது?"

"நேரம் வரும் போது?"

"நேரம் எப்போது வரும்?"

"அது வரும்போது வரும். இப்போது என்னை தூங்க விடுகிறாயா?"

அவன் கண்களை மூடிக் கொண்டான். மறுநாள் காலையில் முகத்தை தூக்கி வைத்துக் கொண்டிருந்த பூஜாவிடம் வந்து மாலை திருமண வரவேற்பிற்கு போக வேண்டுமென்று கூறினான். அவனுடன் கொண்டிருந்த மனத்தாங்கல் மறந்தே போனது பூஜாவிற்கு.

"நிஜமாகவா?"

"நிஜமாகத்தான். ஈவினிங் சீக்கிரம் வந்துவிடுவேன். ரெடியாயிரு."

                                    ஏதோ ஒரு நதியில்

ஆகாய நீலத்தில் வெள்ளைக் கற்கள் பதித்த பிரிண்டட் சில்க் சேலையைக் கட்டிக் கொண்டாள். பொருத்தமாய் வைரத்தால் ஆன காதணிகள், உள்ளங்கழுத்தில் வைரமாலை, கைகளில் வளையல்கள். தலைமுடியை ஓரமாய் முடி எடுத்துப் பின் குத்தி, இரண்டு பின்னல்களில் நிறுத்தி பேண்டில் இறுக்கினாள்.

வசுந்தரா கொடுத்துவிட்டதாகச் சொல்லி பொன்னி கொண்டு வந்து கொடுத்த நெருக்கமாய்க் கட்டப்பட்டிருந்த மல்லிகைச் சரத்தை தலையில் வைத்துக் கொண்டாள்.

அறையின் அழைப்பு மணி ஒலித்தது. ஓடிச்சென்று திறந்தாள். கௌதம் வந்திருந்தான்.

"ஐ ஆம் ரெடி..." என்றவளை ஏற இறங்கப் பார்த்தான்.

"அழகாய் இருக்கிறேனா?" ஒரு மாடலைப் போல் அவள் பூனை நடை நடந்து காண்பிக்க சிரித்தான்.

"இன்றைக்கென்று புதிதாகவா அழகாய் இருக்கிறாய்? எப்போதும் நீ அழகுதானே!"

அவன் கிளம்புவதற்காகச் சென்றுவிட அவன் கூறிய வார்த்தைகள் மட்டும் மயிலிறகாய் அவள் மனம் வருடின.

❧

16

"**போ**கலாமா?" கௌதம் கருநீலக் கோட்டை சரி செய்தவாறு வெளியில் வந்தான்.

அவனது கம்பீரம் கவனத்தை ஈர்க்க, பூஜா அவனையே பார்த்தாள்.

"இப்போது கேள்வி கேட்பது என் முறையா? எப்படி அழகாய் இருக்கிறேனா?" அவன் நின்று திரும்பி, போஸ் கொடுத்தான்.

"நீங்கள் சொன்னதைத்தான் நானும் சொல்வேன். நீங்கள் எப்போதும் அழகுதானே?»

"ஈஸிட்? நல்ல வேளை... நீ தலையை விரியப் போட்டுக் கொண்டு வந்துவிடுவாயோ என்று பயந்து கொண்டே வந்தேன்."

"ஏன் உங்களுக்கு அது பிடிக்காதா? ஆக்சுவலா எனக்கு அதுதான் கம்பர்ட்டபிளா இருக்கும். தலையில் பின் குத்தி, பின்னல் போட்டு, பூ வைத்து, ஐ பீல் ஸோ அன் ஈஸி. பட் அத்தைக்கு இதுதான் பிடித்திருந்தது. பொன்னியிடம் பூ கொடுத்துவிட்டிருந்தார்கள். ஸோ... அதை வைத்துக் கொள்ள பின்னல் போட்டேன்."

"அம்மாவுக்கு மட்டுமில்லை. எனக்கும் மல்லிகைப் பூவென்றால் மிகவும் பிடிக்கும். அதன் மணத்தில் மயங்கிப் போவேன்."

கௌதம் இயல்பாய்க் குனிந்து அவள் தலையில் முகம் வைத்து பூவை வாசம் பிடித்தான்.

"ஹெள நைஸ்" என்றவன் அவள் தோள் மீது கை போட்டு அழைத்துச் சென்றான்.

அவள்... அவளாக இல்லை. அவளது பூவாசத்தில் அவன் மயங்கினானோ இல்லையோ, அவன் வாசம் பிடித்த விதத்தில் அவள் மயங்கிப் போனாள்.

"அம்மா... போய்விட்டு வருகிறோம்." மனைவியின் தோள் மீது கை போட்டபடி கூறிய மகனைப் பார்த்த வசுந்தராவின் மனம் நிறைந்தது. இதைத்தானே அவள் எதிர்பார்த்தாள்.

"போய் விட்டு வாங்கப்பா."

"அத்தை... சீக்கிரம் சாப்பிட்டுவிட்டு மாத்திரை போட்டுக் கொள்ள வேண்டும். கோமளா... அத்தையை பார்த்துக் கொள்ளுங்கள்."

மருமகளின் அக்கறையில் மனம் நெகிழ்ந்து போனவளாய் வசுந்தரா அவளின் கரம் பற்றிக் கொண்டாள்.

"எல்லாம் நான் பார்த்துக் கொள்வேன் கண்ணம்மா. நீ போய் வா."

கௌதம் குனிந்து மனைவியின் காதினில் முணுமுணுத்தான்,

"நீ மாமியார் செல்லமா?"

"உங்களுக்குப் பொறாமையாய் இருக்கிறதா?"

"பின்னே இருக்காதா?"

இருவரும் ரகசியம் பேசிக் கொண்டே காருக்குள் ஏறிக் கொண்டார்கள். கௌதம் மனைவியிடம் சிரித்துப் பேசியவாறே காரைச் செலுத்தினான்.

திருமண வரவேற்பில் இவர்களுக்கு சிறப்பான வரவேற்பு அளிக்கப்பட்டது. அனைவரும் கௌதமின் அருகே வந்து பேசுவதையும் அவனது கவனத்தைக் கவர முயல்வதையும் பார்த்தவாறே அவனது கரம் பற்றிக் கொண்டு உடன் சென்றாள் பூஜா.

"மீட் மை வொய்ப் பூஜா."

"ஓ... இவங்கதானா அவங்க?"

எல்லோருமே ஏறக்குறைய இப்படியே பேசி, அவளைக் கை காட்டி தங்களுக்குள் ரகசியமும் பேசிக் கொள்ள, கௌதமின் முகம் மாறுவதைக் கண்டாள் பூஜா.

இதற்காகத்தான் இத்தனை நாளும் அவளை வெளியே அழைத்து வர தயங்கி இருக்கிறான். இதை உடைக்க, ஏதாவது செய்ய வேண்டுமே. வழி தேடி அவள் மனம் தவித்தது.

கௌதமின் கரம் பற்றியிருந்த அவளது கையை அவனது கரம் விடுவித்துவிட்டது. திகைப்படைந்தாள் பூஜா. அவன் அவளிடமிருந்து விலகி, அருகில் வந்த மற்றொரு பெண்ணிடம் பேச ஆரம்பிக்க, பூஜா உடைந்து போனாள்.

அவனது காயப்பட்ட மனத்தை ஆற்ற வேண்டும். விலகத் துடிக்கும் அவன் மனத்தை மாற்றவேண்டும். என்ன செய்வது?

யதேச்சையாக அங்கு அமைக்கப்பட்டிருந்த லைட் மியூசிக் மேடையைப் பார்த்தாள் பூஜா. அவளுக்காகவே அறிவிக்கப்பட்டது போல் அந்த மேடையில் ஒருவர் அறிவித்துக் கொண்டிருந்தார்.

"பாட விருப்பமுள்ளவர்கள் இந்த மேடையில் பாட வரலாம்."

பூஜா முடிவு செய்தாள். கௌதம் வேறு ஒருவரிடம் பேசிக் கொண்டிருக்க அவள் விறுவிறுவென மேடையேறி மைக்கின் அருகே சென்று நின்றாள்.

"கௌதம்... உங்கமிஸஸ் பாடப் போகிறார்களே? அவர்களுக்குப் பாடத் தெரியுமா?"

கௌதமுடன் பேசிக் கொண்டிருந்தவர் வினவ அவன் திகைத்து மேடையைப் பார்த்தான். பூஜா நின்று கொண்டிருந்தாள்.

'இவளை யார் மேடையேறச் சொன்னது? என்னைக் கேட்காமல் ஏன் அங்கு போனாள்?' அவனுக்குள் கோபம் துளிர் விட்டது.

ஏற்கனவே அங்கிருந்தவர்களின் மறைமுகமான ஏளனப் பேச்சுக்களால் அவள்மேல் காழ்ப்புணர்ச்சி கொண்டிருந்தவன் இப்போது அவள் மேடையேறிவிட்டதைக் கண்டதும் பல்லைக் கடித்தான்.

                                        ஏதோ ஒரு நதியில்

பூஜா அவனது பார்வையைச் சந்தித்தாள். அதிலிருந்த கோபம் அவளுக்குப் புரிந்தது. ஆனாலும் அவள் நினைத்ததை செயலாற்றத் தொடங்கினாள். சிறு வயதிலிருந்தே அவளுக்கு நன்றாகப் பாட வரும். பழைய பாடல்களை விரும்பிப் பாடுவாள். அவளது விளம்பரப் படங்களில் பழைய பாடல்களைப் புகுத்தி புதுயுக்தியுடன் விளம்பரப் படம் எடுத்து வெற்றி பெற்றவள்.

இன்று வாழ்க்கையிலும் வெற்றி பெற விரும்பிப் பாட ஆரம்பித்தாள்.

"மல்லிகை என் மன்னன் மயங்கும்

பொன்னான மலரல்லவோ...

எந்நேரமும் உன் ஆசை போல்

பெண்பாவை நான் பூச்சூடிக் கொள்ளவோ..."

கௌதமின் கண்களில் மின்னல் வெட்டியது. அவள் பாடல் சொல்லிய சேதி புரிந்தது. அவள் மேலிருந்த கோபம் குறைந்து ஒருவித தாபம் எழுந்தது. பூஜா அவனைப் பார்த்துக் கொண்டே பாடிக் கொண்டிருந்தாள். எனது பாடல் உனக்காகத்தான் என்று சொல்லாமல் சொல்லின, அவளது விழிகள்.

"பொன்மாங்கல்யம் வண்ணப்பூச்சரம் மஞ்சள்

குங்குமம் என்றும் நீ தந்தது...

ஓராயிரம் இன்பக் காவியம்

உந்தன் கைகளில் அள்ளி நான் தந்தது..."

பூஜாவின் சேலையின் மேல் திருமாங்கல்யம் கிடந்தது. அவளது நெற்றி வகிட்டில் குங்குமம் ஜொலித்தது. அவளது தலையில் அவள் சூடியிருந்த மல்லிகைச் சரம் அவளது தோள் தொட்டு முன்புறமாய் தவழ்ந்தது.

"என் கண்ணன் கொஞ்சத்தான்

என் நெஞ்சம் மஞ்சம்தான்..."

கௌதமின் நெஞ்சில் கனல் மறைந்து காதல் பிறந்தது. அவளது குரலினிமையிலும் அந்தப் பாட்டு சொல்லிய சேதியிலும் அவனது நெஞ்சம் சிறகைப் போல் லேசாகி பறந்தது.

"என் தேவனே... உன் தேவிநான்... இவ்வேளையில் உன் தேவை என்னவோ..."

அவள் பாடி முடித்ததும் எல்லோரும் வெகுநேரம் கை தட்டி ஆர்ப்பரித்தனர். அவள் மேடையிறங்கி வரும்போதே அவளைப் பாராட்டினர். கௌதமின் அருகில் வந்து அவள் வெட்கப் புன்னகை பூத்தபடி அவன் கரத்தோடு கரம் கோர்த்துக் கொண்டாள்.

"கௌதம்... உங்கள் மிஸஸ் இவ்வளவு அருமையாய் பாடுவார்களா?"

"மிஸஸ் கௌதம்... மல்லிகையை வைத்துத்தான் கௌதமை மயக்கி வைத்திருக்கிறீர்களா?"

"மிஸ்டர் கௌதம்... யு ஆர் ஸோ லக்கி. இவ்வளவு இனிமையாய் ரசனையாய்ப் பாடும் மனைவி கிடைக்க நீங்கள் கொடுத்து வைத்திருக்க வேண்டும்."

"ஹாய்... கௌதம். உங்கள் மிஸஸ் மாடர்ன் கேர்ள்ன்னு எல்லோரும் சொன்னாங்க. வாணி ஜெயராம் பாடிய பாடலை அதே குரலில் பாடி அசத்திட்டாங்களே. இவங்களா மாடர்ன் கேர்ள்? நோ... நோ... இவங்க குத்துவிளக்கு."

பூஜா நினைத்ததைச் சாதித்தாள். கௌதமின் மனதை தொட்டுவிட்டாள்.

⸻⚬⸻

ஏதோ ஒரு நதியில்

17

ஆளரவமற்ற சாலையில் இங்கொன்றும் அங்கொன்றுமாகக் கார்கள் கடந்துபோய் கொண்டிருக்க சீரான வேகத்தில் காரை ஓட்டிக் கொண்டிருந்தான் கௌதம். அருகில் மல்லிகையின் வாசனையோடு பூஜா. இருவருக்கும் இடையில் பேசத் தேவையில்லாத மௌனம்.

காரை நிறுத்தி பூட்டிவிட்டு அவளோடு படியேறி வாசல் அழைப்பு மணியை அடித்தான்.

கதவைத் திறந்த பொன்னியிடம், "அம்மாதூங்கிவிட்டாங்களா?" என்று கேட்டான்.

"அப்பவே மாத்திரை சாப்பிட்டு விட்டு தூங்கி விட்டாங்க ஐயா."

"சரி... நீ போய் தூங்கு."

கௌதம் மாடியேற பூஜா பின்தொடர்ந்தாள். அறைக் கதவை அவன் தாழிட்டு விட்டு வந்தான். பூஜா உடை மாற்றும் அறைக்குள் போகப் போனாள். தடுத்து அவள் தோள்பற்றி நிறுத்தினான் கௌதம்.

"என்... என்ன?" தடுமாறினாள் பூஜா.

"டிரஸ் சேன்ஜ் பண்ண வேண்டாம். எனக்கு இந்த அலங்காரம்தான் பிடித்திருக்கிறது. வா..."

"எங்கே?"

"என்னுடன் வாழ..."

கௌதம் அவள் தோள் தொட்டு ஆவேசமாய்ப் பற்றியிழுத்தான். பூஜா தடுமாறி அவன் மார்பினில் சாய்ந்தாள். முதல்நாள் தோட்டத்தில் அவள் முகம் பற்றி முத்தமிட்டது போல்

இன்றும் முத்தமிட்டான். அவள் தொய்ந்து விழ, கைகளில் ஏந்திக்கொண்டு கட்டிலை அடைந்தான்.

அவனது கைகளில் குழைந்து நெகிழ்ந்தாள் பூஜா. இதுவரை அறியாத புதுக் கதைகளை அவன் அறிய வைத்தான். இரவின் முடிவில் அவளைப் பற்றி இழுத்து தன் மார்பில் போட்டு அணைத்துக் கொண்டு தூங்கிவிட்டான்.

காலையில் அழைப்பு மணியின் ஓசையில் கண்விழித்தவள் கௌதமின் கரங்களுக்குள் தான் சிறையிருப்பதை உணர்ந்தாள்.

'சிறை பிடிப்பதில் மன்னன்தான்.' வெட்கப் புன்முறுவலுடன் அவனது கரம் விலக்கி எழ முயன்றாள். விழித்துக் கொண்டவன் அவளது கரம்பற்றி இழுக்க அவன் மார்பில் மீண்டும் விழுந்தாள்.

"காலிங் பெல் அடிக்குது கௌதம். பொன்னி காபியோடு வந்திருப்பாள்."

"ஸோ...?"

"என்னை விடுங்கள். நான் போய் கதவைத் திறக்க வேண்டும்."

"விடாவிட்டால்?"

"கௌதம்... விளையாட இதுவா நேரம்?"

"இந்த விளையாட்டுக்கு நேரம் காலம் கிடையாது."

"ச்சு... அவளை அனுப்பிவிட்டு வர மாட்டேனா?"

"அதுவரை நான் என்ன செய்வது?"

"இப்படிக் கேட்டால் நான்தான் என்ன செய்வது?"

"பாட்டு மட்டும் பாடினாயே. 'என் தேவனே... உன் தேவிநான்... இவ்வேளையில் உன் தேவை என்னவோ' என்று. என் தேவையை நிறைவேற்று."

"கௌதம்..."

பூஜா கிளர்ந்து அவன் முகத்தோடு முகம் புதைத்தாள். தன் முகத்தில் புதைந்து கிடந்தவளை சற்று நேரம் கழித்து விடுவித்த கௌதம், "இப்போது... போ..." என்றான்.

ஏதோ ஒரு நதியில்

எழுந்து உடையை சரிசெய்து கொண்டு அறைக் கதவைத் திறந்தாள் பூஜா.

"என்னம்மா... தூங்கிட்டிங்களா?"

"ஆமாம் பொன்னி. காபியைக் கொடு."

"சேலையைக் கூட மாற்றவில்லை போல."

"ஆமாம்... அத்தை காபி சாப்பிட்டுவிட்டாங்களா."

"அப்போதே குடித்து விட்டாங்க."

அவள் போகவும் கதவை அடைத்துவிட்டு உள்ளே வந்து பேப்பரையும் காபியையும் அவனிடம் கொடுத்தாள். அவளையே பார்த்தபடி வாங்கிக் கொண்ட கௌதம், அவளையும் அருகே இழுத்து அமர வைத்தான்.

"நான் காப்பி சாப்பிட வேண்டாமா?"

"என் பக்கத்திலிருந்து கொண்டே குடி."

பூனைக் குட்டி போல் அவன் மேல் உராய்ந்தவாறு காபியைக் குடித்து முடித்தவள், குளிக்கப் போனாள்.

அழகாய் ரத்தச்சிகப்பு ஜார்ஜெட் சேலையும் அதே வண்ணத்தில் ஜாக்கெட்டும் அணிந்து, தலையைப் பின்னலிட்டு வெளியே வந்தவளைப் பார்த்ததும் கௌதம் பேப்பரைத் தூக்கிப் போட்டுவிட்டு எழுந்தான், அவளருகே நெருங்கினாள்.

பூஜா வெட்கம் கலந்த எதிர்பார்ப்புடன் பின்னே நகர்ந்தாள். சுவரோடு சாய்ந்து நின்று விட்டவளின் இருபுறமும் கையூன்றி அவளது முகம் பார்த்தவன், "என்ன... இப்போதும் சேலை?" என்று கேட்டான்...

"இதுதானே உங்களுக்குப் பிடிக்கிறது."

"எனக்குப் பிடித்ததைத்தான் செய்வாயா?"

"ஆமாம்..."

"ஏன்?"

"தெரியவில்லை."

"உனக்கு அது பிடிக்க வேண்டாமா?"

"உங்களுக்குப் பிடித்ததைச் செய்யத்தானே எனக்கும் பிடிக்கிறது."

"ஊஹூம்? எனக்குப் பிடித்ததையெல்லாம் செய்வாயா?"

"ஷ்யூர்..."

அவன் அவளது காதோடு கூறினான். பூஜா அவனது மார்பைப் பிடித்துத் தள்ளிவிட்டு விலகி ஓடிச் சிரித்தாள்.

"கௌதம்... யு ஆர் ஸ்வீட் ராஸ்கல்."

"ஏய்ய்... இந்த ராஸ்கலை மயக்கி இந்த ரூமைவிட்டு நகரவிடக் கூடாதென்று திட்டம் போட்டு வைத்திருக்கிறாயா?"

"ஏன்... நான் என்ன செய்தேனாம்?"

"நீ ஏற்கனெவே அழகு. அதில் இப்படி அசத்தலாய் டிரெஸ் பண்ணிக் கொண்டு வந்தால் நான் உன்னை விட்டு எப்படி நகருவது?"

கௌதம் அவளைத் தாவிப்பிடித்து அவளது கன்னத்தைக் கிள்ளினான். அவள் அவனது தோளில் தலை சாய்த்துக் கொண்டாள்.

"ஏய்ய்... எங்கேயாவது போகலாமாடி?"

"ம்ம்..."

'எங்கே போகலாம்?"

"இந்தியாவிற்குள் எங்காவது..."

"நம் எஸ்டேட்டிற்கு போகலாமாடி?"

"ஊட்டி எஸ்டேட்டிற்கா?»

ஆமாம். ஹனிமூனுக்கு ஹனிமூனும் ஆயிற்று. வேலைக்கு வேலையும் ஆயிற்று."

ஏதோ ஒரு நதியில்

"அதுதானே பார்த்தேன்? நீங்களாவது, என்னுடன் டைம் ஸ்பென்ட் பண்ணுவதாவது?"

"ஏன் அலுத்துக் கொள்கிறாய்? நான் ஒருவனாய் இத்தனை வேலைகளையும் பார்க்க வேண்டும். என்னைப் பார்த்தால் உனக்குப் பாவமாக இல்லையா?»

அவன் முகத்தை பரிதாபமாக வைத்துக் கொண்டு கேட்ட விதத்தில் பூஜாவிற்குச் சிரிப்பு வந்துவிட்டது.

"ஐயோ பாவம்... என்னமாய் நடிக்கிறீர்கள்?"

"உன் தொழில் புத்தி உன்னைவிட்டு எங்கே போகும்? விளம்பரப் பட டைரக்டர்தானே நீ? இயல்பானது கூட நடிப்பாகத்தான் தோன்றும்."

அவன் என்னவோ விளையாட்டாய் தான் சொன்னான். ஆனால் அது பூஜாவின் மனதில் நெருஞ்சி முள்ளாய் தைத்தது.

"தொழில் வேறு... வாழ்க்கை வேறு கௌதம். இரண்டும் ஒன்றாகிவிடுமா?" குற்றம் சாட்டும் பாவனையில் கேள்வி கேட்டாள் பூஜா.

கௌதம் அவளை விட்டு விலகினான். டவலை எடுத்து தோளில் போட்டுக் கொண்டு குளிக்கக் கிளம்பியவன் நின்று பதில் சொன்னான்.

"இதே வார்த்தைகளைத்தான் நான் மும்பையில் உன்னிடம் சொன்னேன். தொழில் வேறு; வாழ்க்கை வேறு என்று. ஆனால் நீ என்ன சொன்னாய் என்பது உனக்கு நினைவில் இருக்கிறதா?"

பூஜா உதட்டைக் கடித்துக் கொண்டு அசையாமல் நின்றாள். அவளுக்கு நினைவு வந்தது. அவன், அவள் சொன்ன எதையும் மறக்கவில்லை. நினைவில் வைத்திருக்கிறான்.

கௌதம் தொடர்ந்து சொன்னான்.

"என் தொழில்தான் என் வாழ்க்கையென்று நீதான் சொன்னாய்."

அவன் குளிக்கப் போய்விட்டான். பூஜா தலையில் கைவைத்துக் கொண்டு அமர்ந்து விட்டாள். குளித்து விட்டு வந்தவன்,

அவளை ஏறெடுத்தும் பார்க்கவில்லை. விறுவிறுவென கீழே இறங்கிப் போய்விட்டான். ஓர் இனிய கனவு களைந்த தவிப்பில் பூஜா நொறுங்கிப் போனாள். இதுதான் இவன் குணமா? அவன் ஒரே மனத்துடன் அவளைக் காதலிக்கவே மாட்டானா?

⸻ ◦◦ ⸻

ஏதோ ஒரு நதியில்

18

பூஜா பரிமாறும்போது சாப்பிட ஆரம்பித்த கௌதம், அவளைப் பார்த்துப் புருவம் தூக்கினான். அவள் என்ன தவறு செய்தோமென்று புரியாமல் தடுமாறினாள்.

"நீ சாப்பிடவில்லை?"

'அப்பாடி... இவ்வளவுதானா?' வேறு தாக்குதல் இல்லையென்ற நினைவில் நிம்மதி பெருமூச்சுவிட்டவள், "பரவாயில்லை. நான் அப்புறம் சாப்பிட்டுக் கொள்கிறேன். நீங்கள் சாப்பிடுங்கள்."

"இது என்ன புதுப்பழக்கம்? அப்புறமாய் யாரோடு சாப்பிடுவாய்?" கௌதம் கோபமாய் வினவினான்.

வசுந்தரா எழுந்து நடமாட ஆரம்பித்தாலும் பெரும்பாலும் ஓய்வாக படுக்கையில்தான் இருப்பாள். அவளது அறைக்கே சாப்பாடு போய்விடும். சிந்தாமணி இருந்த நாள்களில்கூட அவள் பூஜாவுடன் சேர்ந்து சாப்பிட விரும்பினதில்லை. வசுந்தராவுடன் பேசிக் கொண்டு அவளுடன்தான் சாப்பிடுவாள். பூஜா செய்த காரியத்தை அவளால் அவ்வளவு எளிதாய் மன்னிக்க முடியவில்லை.

அதனாலேயே கௌதம் மதிய உணவிற்குக்கூட வீட்டுக்கு வந்துவிடுவான். பூஜாவை அருகில் அமர வைத்து சேர்ந்து சாப்பிட வைப்பான். முதல்நாள், 'பிரச்சனை நமக்குள்தான். மற்றவர்களுக்கு நீ பயப்பட வேண்டியதில்லை. இயல்பாய் தைரியமாய் இரு. நான் பார்த்துக் கொள்கிறேன்.' பூஜாவுக்கு தனிமை உணர்வு ஏற்பட்டுவிடாமல் பார்த்துக் கொண்டான்.

'இதிலொன்றும் குறைச்சல் இல்லை.' பூஜாவிற்கு கண்கலங்கியது.

'எந்த நேரம் கொஞ்சுவான், எந்த நேரம் திட்டுவான் என்றே தெரியவில்லை. கூட உட்கார்ந்து சாப்பிடாவிட்டால்தான் என்ன?'

"யாரோடும் சாப்பிடாவிட்டால்தான் என்ன? நான் தனிமையில் சாப்பிட்டுப் பழகியவள்தான். தனியாகவே சாப்பிட்டுக் கொள்கிறேன்."

கௌதம் சாப்பிட்ட கையோடு அப்படியே எழுந்தான். அவன் முகம் பயங்கரமாய் மறியிருந்தது.

"தனிமையில் இருந்து பழகினவள் தனியாகவே இருந்து கொள்கிறேன் என்கிறாயா?"

பூஜா பதற்றத்துடன் சுற்றிலும் பார்த்தாள். பொன்னி சமையலறையிலிருந்து கையில் ஒரு பாத்திரத்துடன் வந்துகொண்டிருந்தாள். அவசரமாய் அவன் பக்கத்தில் அமர்ந்து தட்டை எடுத்து வைத்துக்கொண்டு டிபனைப் பரிமாறி சாப்பிட ஆரம்பித்தாள்.

கௌதம் முறைப்புடன் நாற்காலியை சப்தம் எழுப்பிக் கொண்டு அருகில் அமர்ந்தான்.

"குதர்க்கமாகவே பேசினால் எப்படி?" பூஜா முணுமுணுத்தாள்.

"உன்னைப் போன்ற ஒருத்தியிடம் வேறு எப்படிப் பேசுவது?"

பூஜா கோபமாய் தலைநிமிர்ந்தாள். பொன்னியைக் கண்டதும் வலுக்கட்டாயமாக ஒரு செயற்கை சிரிப்பை உதிர்த்தாள்.

பொன்னி பதிலுக்கு அகலமாய்ச் சிரித்துவிட்டு, "நான் பலகாரம் எடுத்து வைக்கவா அம்மா?" என்று கேட்டாள்.

"வேண்டாம். நீ போ. நாங்கள் பார்த்துக் கொள்கிறோம்" என்று கௌதம் கூறி அவளை அனுப்பி வைத்துவிட்டான்.

"அவள் என்னிடம் கேட்டாள்."

"அவள் என் வீட்டு வேலையாள்."

"இது உங்கள் வீடு? இப்போதுதானே ஒவ்வோர் உண்மையாய் வெளியே வருகின்றது."

                                        ஏதோ ஒரு நதியில்

"இதிலென்ன பெரிய உண்மையை கண்டுவிட்டாய்? இது என் வீடு இல்லாமல் உன் அப்பாவின் வீடா?"

"என் அப்பாவின் வீடுதான் என் வீடென்று சொல்கிறீர்களா?"

"இப்போது நீதான் குதர்க்கமாக பேசுகிறாய்."

"உங்களைப் போன்ற ஒருவரிடம் வேறு எப்படிப் பேசுவது?"

கௌதம் நிமிர்ந்து அவளைத் தீர்க்கமாய் பார்த்தான். அவள் அவனது பார்வையில் பாதிக்கப்படாதவள் போல் மௌனமாக தலை குனிந்து சாப்பிட்டுக் கொண்டிருந்தாள். அவளது முகச்சுளிப்பைக் கவனித்தபடி கேட்டான்.

"பதிலுக்குப் பதில்... ம்ம்."

"நான் அப்படி நினைக்கவில்லை."

"நான் அப்படி நினைத்தால்?"

"உங்கள் நினைவுகளுக்கு நான் எப்படி பொறுப்பு ஆகமுடியும்?" பூஜா முன்நெற்றியில் விழுந்த முடியை ஒதுக்கியவாறு பதில் கூறினாள்.

அவளது அழகான முகத்தையே ஒருகணம் பார்த்தவன் ஆழ்ந்த குரலில் கேட்டான்.

"என் நினைவுகளுக்கு நீ பொறுப்பாளி இல்லையா?"

"இல்லை."

"ம்ம்... அப்புறம் ஏன், 'மல்லிகை என் மன்னன் மயங்கும் பொன்னான மலரல்லலே, என்று பாடி மல்லிகையை என்னை நினைக்க வைத்தாய்?'

தண்ணீர் அருந்திக் கொண்டிருந்த பூஜாவிற்கு தூக்கிவாரிப் போட்டு புரையேறிக் கொண்டது. கௌதம் அவசரமாய் அவளது தலையில் தட்டி ஆசவாசப் படுத்தினான்.

"மெல்ல... மெல்ல. தண்ணீர்தானே குடித்தாய்? ஏன் புரையேறினது?"

"உங்கள் பக்கத்தில் இருந்தால் அப்படித்தான்."

"ஏன் நான் என்ன செய்தேன்.?"

"பெட்ரூமில் சண்டை போடுங்கள். டைனிங் ஹாலில் எதையாவது பேசி வையுங்கள். அப்புறம் புரையேறாமல் என்ன செய்யும்? எந்த நேரம் நீங்கள் என்ன பேசுவீர்கள் என்று அலெர்ட்டாக இருப்பதே எனக்கு வேலையாகி விட்டது. என்னால் இயல்பாய் இருக்க முடியவில்லை கௌதம்." பூஜா நாத்தழுதழுக்க பேச முடியாமல் முகம் திருப்பிக் கொண்டாள்.

கௌதம் சுவாதீனமாய் குனிந்து அவளது கன்னத்தில் முத்தமிட்டான். பூஜா யாராவது பார்த்துவிடப் போகிறார்களோ என்ற பதற்றத்துடன் எழுந்து கை கழுவ விரைந்தாள். பின்னாலேயே வந்த கௌதம், கை கழுவி விட்டு... ஈரக்கையால் அவளது கன்னம் தொட முயன்றான். பூஜா விலகினாள்.

"ஏய்... நில்லு. நான் சாப்பிட்ட வாயோடு முத்தமிட்டேன்."

"இருக்கட்டும்."

அவள் வசுந்தராவின் அறையை நோக்கிக் செல்ல. கௌதம் மனதில் மெலிதாய் மழைச்சாரல் அடித்தது.

"அப்புறம்?" வசுந்தரா கேட்டுக் கொண்டிருக்க, பூஜா முதல் நாளைய திருமண வரவேற்பைப் பற்றிச் சொல்லிக் கொண்டிருந்தாள்.

"உன் அத்தையோடு கொஞ்சிக் கொண்டிருந்தால் எப்படி வேலை நடக்கும்?" அறைக்குள் வந்த கௌதம் வினவினான்.

"என்ன வேலை?" பூஜா விழித்தாள்.

"என்னோடு ஆபீஸ் வேலை கற்றுக்கொள்கிறேன் என்றாயே. மறந்து போய்விட்டதா? கிளம்பு... கிளம்பு."

பூஜா பேச இடமே கொடுக்காமல் அவளது தோள் பற்றி எழுப்பினான் கௌதம். வசுந்தராவிடம் அவசரமாய் தலையை ஆட்டி விடைபெற்றுக் கொண்டு அவனுடன் சென்றாள் பூஜா. கார் கதவைத் திறந்து அவள் உள்ளே ஏறி அமர்ந்ததும் காரைக் கிளப்பிய கௌதம் சாலையில் வேகமெடுத்துப் பறந்தான்.

சற்று தூரம் சென்றதும் நெடுஞ்சாலையில் இருந்து விலகி காரை நிறுத்தினான்.

"ஏன் நிறுத்தி விட்டீர்கள்.?"

"சும்மாதான்."

அவனது கரம் அவளது தோளின் மேல் விழுந்து அருகில் இழுத்தது. பூஜாவின் உடல் நடுங்கியது. காலையில் இருந்து இது என்ன சோதனை? இன்பத்தையும் துன்பத்தையும் மாறிமாறிப் பரிசளித்தால் அவள் எப்படித் தாங்குவாள்? அவனது கரத்தை விலக்க முயன்றாள். அவன் பிடி இறுகியது.

"கௌதம்... ப்ளீஸ். நான் முன்பே உங்களிடம் சொல்லியிருக்கிறேன்."

"என்னவென்று?"

"நான் உயிருள்ள மனுஷி. உயிரில்லாத விளையாட்டு பொம்மையயல்ல."

"பூஜா... ஏய்ய்... ஏன் கண் கலங்குகிறாய்? மக்கு. என்னைப் பார். அடடா... பெரிய அட்வெர்டைஸிங் கம்பெனி நடத்துகிறவள் இப்படி அழுமூஞ்சியாய் இருக்கிறாயே?" கௌதம் கிண்டல் பண்ண, உண்மையிலேயே தாங்கமுடியாமல் பூஜா முகத்தை மூடிக் கொண்டு கேவினாள்.

—◦—

கௌதம் அவளை மார்போடு அணைத்துக் கொண்டான். அவளது கேவல் அடங்கும் வரை அமைதியாய் அவள் போக்கில் அழவிட்டு தலை கோதிக் கொடுத்தான். அவளது முதுகு தட்டி அவளை சமாதானப்படுத்தினான். கேவல் ஓய்ந்து அவள் விலகி அமர்ந்து முகத்தை துடைத்துக் கொண்டதும் தண்ணீர் பாட்டிலை எடுத்துக் கொடுத்தான். அவள் குடித்து முடிக்கும் வரை காத்திருந்தவன்.

"சொல்லுடி... ஏன் இத்தனை சோகம்?" என்று கேட்டான்.

"உங்களுக்கே தெரியாதா?"

"நான் உன்னைக் குத்திக்காட்டுவது போல் பேசுகிறேன் என்று நீ நினைக்கிறாய்."

"குத்திக் காட்டுவது போல் இல்லை. குத்திக் காட்டுகிறீர்கள். நேற்றுக்கூட அப்படித்தான்..."

"நேற்று என்றால் எப்போது? காலையிலா, மாலையிலா, இல்லை இரவிலா?" அவன் கண் சிமிட்டினான்.

அவள் முகம் சிவந்தது. இருந்தபோதும் அவனது இயல்பு மனத்தை வாட்டியது. எனவே கடினமான முகத்துடன், "நீங்கள்தான் ஒவ்வொரு நேரமும் ஒவ்வொரு மாதிரி நடந்து கொண்டீர்களே" என்றாள் துயரத்துடன்.

அவளது துயரம் அவனை பாதித்ததாகவே தெரியவில்லை.

"எப்படி நடந்து கொண்டேன்?" என்றான் உல்லாசமாய்.

"காலையில் வேலையின் நினைவாய்ப் போய்விட்டீர்கள்."

"ம்ம்... மதியம்?"

"அக்கறையாய் ஈவினிங் வெளியில் போகலாம். ரெடியாய் இரு என்றீர்கள்."

"ஓஹோ... மாலையில்?"

"சும்மா இருந்தவளைச் சீண்டினீர்கள்."

"யார்? நான் உன்னைச் சீண்டினேன்?"

"ஆமாம்."

"மல்லிகையைப் பற்றிப் பாடி மயக்கியது நானா இல்லை நீயா?"

"மல்லிகையை வாசம் பிடித்தது யார்? நானா இல்லை நீங்களா?"

"ஓ... அப்போ... தெரிந்தேதான் பாடினாய்?"

"ஆமாம். அது என்ன பெரிய சிதம்பரரகசியமா? என் அம்மாவிற்கு மட்டும் மல்லிகை பிடிக்கும் என்றில்லை. எனக்கும் ரொம்பப் பிடிக்கும் என்று சொன்னது யார்?"

"சாட்சாத் நானேதான். அதனால்தானே மல்லிகையைப் பற்றிப் பாடி மயக்கினாய்?"

"நான் பாடுவதற்கு முன் நீங்கள் என்ன செய்தீர்கள்?"

"என்ன செய்தேன்?"

"உங்களுடைய தொழில் வட்டாரத்தில் உங்களுடைய நண்பரின் திருமண வரவேற்பில், என்னை கூட அழைத்துக் கொண்டு போய்விட்டு ஒதுங்கி, விலகிப் போனீர்கள். அது நியாயமா?"

அவன் ஒரு நிமிடம் மௌனமாக இருந்தான். இவள் அதை உணர்ந்து இருக்கிறாள். ஆனால், இவளால்தானே அந்த ஒதுக்கம் வந்தது?

"ஐ ஆம் ஸாரி. பட்... அது எதனால்? உன்னால்."

"அதையே தினமும் சொல்லிக் காட்டவா என்னைத் தேடிவந்து அழைத்து வந்தீர்கள்?"

"இல்லைதான். ஆனால் உன்னோடு காதல் கொண்டு கலந்து வாழ ஆசைப்பட்டும் அழைத்து வரவில்லை. என் அம்மாவிற்காக

உன்னைத் தேடி வந்தேன். அவர்கள் மட்டும் உடல் நலத்தோடு இருந்திருந்தால், நான் உன்னைத் திரும்பிக் கூடப் பார்த்து இருக்க மாட்டேன்.”

“அப்படியென்றால் நாமிருவரும் விலகியே இருந்திருக்கலாமே? நேற்று இரவு ஏன் என்னைத் தொட்டீர்கள்? வந்த அன்றே ஏன் என்னை முத்தமிட்டீர்கள்?” அவள் குரல் நடுங்கியது.

கௌதம் உணர்ச்சி வசப்பட்டிருந்த அவளது முகத்தை தன்புறம் திருப்பி உற்றுப் பார்த்தான். அவளது இதழ்கள் துடித்தன. கண்களின் விழியோரம் கண்ணீர் அணை கட்டியிருந்தது. அந்த நிலையிலும் வெகு அழகாய், அன்று மலர்ந்த பூப்போல் இருந்தவளைப் பருகுவது போல் பார்த்தவாறே கூறினான்.

“ஏன்... ஏன்... ஏன்? கேள்வியை எளிதாகக் கேட்டுவிட்டாய். என்னைவிட்டு விலகி ஓடினாய். ஆனாலும் உன் நினைவு என்னை விட்டு விலகவில்லையே? ஓராண்டு துடித்தேனடி. அந்த வேதனையை, துடிப்பை உன்னால் உணர முடியுமா?

உன்னைக் கொன்றுவிட வேண்டுமென்றுதான் இப்போதும் என் நெஞ்சு துடிக்கின்றது. ஆனால் நீ செத்துவிட்டால், அப்போதே நானும் உன்னுடன் வந்துவிடுவேன் போன்ற இந்த தாபமும் தவிப்பும் எங்கிருந்தோ வந்து என்னை சித்ரவதை செய்கின்றதே! அதற்கு நான் என்ன செய்வேன்? ஏய்ய்...”

அவன் கண்கள் சிவக்கத் தொடர்ந்தான்.

“முத்தமிட ஆசை வந்தால் உன்னைத்தான் என்னால் முத்தமிட முடியும். தொட்டுவிட துடிப்பு வந்தால் உன்னைத் தொட்டுத் தழுவினால்தான் என் துடிப்பு அடங்கும் என்ற நிலையில் உன்னைத் தொடாமல் முத்தமிடாமல் எப்படி நான் விலகியிருப்பது? அதே சமயம் நீ உண்டாக்கியிருக்கும் ரணமும் இன்னும் ஆறவில்லையே.

அந்த வலியின் வேதனையில் ஒரு சொல் சொன்னால் நீ தாங்க மாட்டாயா? விலகிப் போனால் நான் திரும்பி வரும் வரை நீ காத்திருக்க மாட்டாயா? ரணமாக்கிய உனக்கு அந்தப் பொறுப்பும் கடமையும் இல்லையா? அதுசரி. பொறுப்பையும

                                                    ஏதோ ஒரு நதியில்

கடமையையும் பற்றி உன்னிடம் போய்ச் சொல்கிறேன் பார்.
உனக்கும் அவற்றிற்கும் ரொம்பத் தூரமாயிற்றே."

இப்போதும் குத்தினான்தான். ஆனால் இந்தக் குத்தல் மொழி
அவளை வேதனைப்படுத்தவில்லை. மாறாக அவனது நெஞ்சில்
முகம் புதைத்துக் கொள்ளச் சொன்னது. அவள் நெருங்கி அவன்
மார்பில் புதைந்தாள். கௌதமின் கரம் அவளைச் சுற்றிக்
கொண்டது. இருவருமே அமைதியிழந்த நிலையில் ஒருவரிடம்
ஒருவர் அடைக்கலமாயினர். அமைதி திரும்பியதும், அவன்
அவளை விடுவித்தான். நெற்றியின் வியர்வைத் துளிகளை தன்
கைக்குட்டையில் துடைத்துவிட்டான்.

"ஏஸியிலும் வியர்க்குமா உனக்கு?"

"ச்சு... போகலாம்."

"ஏன்.? இன்னும் கொஞ்ச நேரம் கழித்துப் போகலாம்."

"கௌதம்..."

"ம்ம்ம்..."

"ஐ லவ் யூ..."

அவன் அவளைப் பார்த்து ஓர்விதமாய் சிரித்தான். பூஜாவின்
உள்மனம் அவன் ஏதோ சொல்லப் போகிறான் என்பதை
அவளுக்கு உணர்த்தியது. உதட்டைக் கடித்துக் கொண்டாள்.

"ஒரு வேளை... நான் உன்னைத் தேடி வந்திருக்காவிட்டால்... நீ
ஐ லவ் யூ என்று என்னைப் பார்த்து சொல்லியிருப்பாயா?"

"மாட்டேன்தான். ஆனால் என் ஆயுள் இருக்கும் வரை வேறு
யாரிடமும் இந்த வார்த்தைகளைச் சொல்லியிருக்க மாட்டேன்."

"ம்ம்... விரும்பாத திருமணம் என்று உன் வாயாலேயே என்
காது குளிர ஆயிரம் முறை சொன்னாய். விரும்பாத கணவனை
இப்போது எப்படி விரும்புகிறாய்?"

"விரும்பாத திருமணம்தான். ஆனால் உங்களுடன் ஆன
இந்த திருமணத்தை மட்டும் நான் விரும்பவில்லையென்று
சொல்லவில்லை. திருமணத்தையே நான் விரும்பவில்லை.

இதை என் அப்பாவிடம் ஸ்ட்ராங்காய் சொன்னேன். அவர் கேட்கவில்லை.”

“நஷ்ட ஈடுதர ரெடியாய் இருந்தவள்தானே நீ?”

“நஷ்டப் படப்போவது நான் என்று எனக்கு அப்போது புரியவில்லையே. நீங்களே சொன்னது போல் நான் மெச்சூரிட்டி இல்லாமல் பேசிவிட்டேன்...»

“அது மட்டுமா? டிவோர்ஸ் தரவும் ரெடியாய் இருந்தாய்.”

“என்னால் நீங்கள் பாதிக்கப்படக்கூடாது. உங்கள் வாழ்க்கையை நீங்கள் வாழவேண்டும் என்று நினைத்தேன். மறந்தும் இன்னொரு வாழ்க்கையை நான் வாழ வேண்டும் என்று நினைத்து அந்த வார்த்தைகளைச் சொல்லவில்லை.”

“நீயில்லாத வாழ்வு ஒரு வாழ்வா?”

“கௌதம்... எனக்குத் தெரியவில்லையே. தொழிலில் ஆயிரம் வெற்றி பெற்றிருந்தால் நான் எல்லாம் தெரிந்தவள் ஆகிவிடுவேனா? நீங்கள் சொல்வதுபோல் நான் மக்கு கௌதம்.”

பூஜா அவனது கழுத்தில் கை கோர்த்துக் கொண்டாள். அவள் முகம் பார்த்த கௌதமின் மனம் இளகியது. தன் உதாசீனத்தை தாங்கிக் கொண்டு காதல் சொல்பவளைக் காதலிக்காமல் எப்படி இருக்க முடியும்?

—◦—

20

வண்ண மயமான மலர்கள், எல்லாவிதமான செடிகளும் எல்லா விதமான மலர்களும் கண்ணைக் கவரும் வகையில் ஒரே பூங்காவில் எப்படித்தான் அமைந்ததோ என்று ஆச்சரியப்பட்டாள் பூஜா. இதமாய் உடலைத் தழுவும் சில்லென்ற குளிர் நிலையில் கௌதமின் தோள் தொற்றிக் கொண்டு ஊட்டி பொட்டானிக்கல் கார்டனைச் சுற்றி வந்துகொண்டிருந்தாள் பூஜா.

"கௌதம்... ப்ளீஸ். அந்தப் பூக்களின் பக்கத்தில் நில்லுங்களேன் ப்ளீஸ்... ஒரேஒரு ஸ்னாப் எடுத்துக் கொள்கிறேன்." கையிலிருந்த செல்போனிலிருந்த காமராவில் விழி பதித்து அவனைக் கெஞ்சினாள் அவள்.

"ஏய்... என்னடி இது? நானும் இந்தப் பூங்காவிற்குள் நுழைந்ததில் இருந்து பார்க்கிறேன்... ஒவ்வொரு பூச்செடியின் பக்கமும் என்னை நிறுத்தி படம் எடுக்கிறாய். சுற்றியிருப்பவர்களைக் கொஞ்சம் திரும்பிப் பார். எல்லோரும் அவரவர் காதலிகளை நிறுத்தி போட்டோ எடுத்துக் கொண்டிருக்கிறார்கள். நீயென்னவென்றால் என் மானத்தை வாங்குகிறாய். பூக்களுக்கும் பெண்களுக்கும்தான் சம்பந்தம் உண்டுடி. ஸோ... நீ நில். நான் போட்டோ எடுக்கிறேன்."

"நோ... நோ... மல்லிகையைப் பார்த்தால் எனக்கு ஒன்றுமே தோன்றாது. ஆனால் என்னையே மல்லிகையை வர்ணித்துப்பாட வைத்தவர் நீங்கள். ப்ளீஸ் அந்த மல்லிகைச் செடியின் பக்கத்தில் பூவை ஸ்மெல் பண்ணுவது போல் ஒரு போஸ் கொடுங்கள். ப்ளீஸ்..."

"இங்கே பார் பூஜா... உன் பெயரிலேயே பூ இருக்கிறது. பூவை பெண்களின் முகத்திற்கு இணையாக கவிஞர்கள் கூறுவார்கள். ஸோ... நீ நில்."

"பூப்போன்ற முகம் என் முகமில்லை கெளதம். உங்கள் முகம்தான். நீங்கள் சிரித்தால் அத்தனை அழகு. ஒரு பூ மலர்ந்தது போல் இருக்கும் அந்தச் சிரிப்பு. ஹெள நைஸ் இட்! ஸோ... நீங்கள் போஸ் கொடுங்கள்."

செல்போனைப் பிடித்துக் கொண்டு கெளதமின் அழகை அதில் பதிவு பண்ணக் கெஞ்சிக் கொண்டிருந்த பூஜா கருநீல சல்வாரில் இருந்தாள். தலைமுடியைப் பின்னல் போட்டுக் கொள்ள வேண்டாம் என்று கெளதம் அனுமதி தந்திருந்ததால் இயல்பாய் முடியை விரிய விட்டிருந்தாள்.

அவளைக் கடந்து செல்லும் அனைவரையும் மீண்டும் பலமுறை திரும்பிப் பார்த்துச் செல்ல வைக்கும் பளிச்சென்ற அழகுடன் ஒளிர்ந்தாள். இதை உணராதவளாய் தன்னை ரசித்துக் கொண்டிருந்தவளைக் கனிவோடு கெளதம் பார்த்தான்.

மும்பையிலிருந்து அவளை அழைத்துக் கொண்டு வந்து ஒரு மாதம் ஓடிவிட்டது. இதுவரை மும்பையைப் பற்றி அவள் பேச்செடுக்கவே இல்லை. அவன் மனத்திலிருந்த கோபத்தை அறிந்த பின்னால் அவன் புண்படுத்திப் பேசினாலும் அதை அவள் கண்டு கொள்வதில்லை. எத்தனை திட்டினாலும் சிரித்துக் கொண்டே இருப்பவளிடம் ஓர் அளவுக்குமேல் கொதிப்பைக் காட்ட அவனாலும் முடியவில்லை.

ஊட்டிக்குப் போகலாம் என்று சொன்னதும் உற்சாகமாய் கிளம்பிவிட்டாள் பூஜா. என்னவோ வெளியுலகத்தைப் பார்த்திராதவள் போல கெளதமின் கைபிடித்துக் கொண்டு அவன் பின்னால் ஒடுங்கிக் கொண்டு சுற்றினாள்.

கெளதமிற்கு இவள் தானா மும்பையில் அத்தனை பேரையும் விரல்நுனியில் கட்டுப்படுத்தி வேலை வாங்கி கொண்டிருந்தவள் என்ற சந்தேகமே வந்துவிட்டது.

"வாவ்... அந்த மேகம் நகர்ந்து போவதைப் பாருங்கள். பஞ்சு பொதிபோல் இல்லை."

"நீ விளம்பரங்களுக்கு அவுட்டோர் போனதே இல்லையா?"

"போயிருக்கிறேன்..."

"இந்த ஊட்டிக்கு வந்ததே இல்லையா?"

"இது என்னங்க கேள்வி? பொள்ளாச்சியில் பிறந்தவள் ஊட்டியைப் பார்க்காமல் இருப்பேனா? வந்திருக்கிறேன்."

"அப்புறம்... எப்படி, எல்லாவற்றையும் புதிதாய்ப் பார்ப்பதுபோல் இவ்வளவு அதிசயப்பட்டுப் போகிறாய்?"

"புதிதாகத்தான் தோன்றுகிறது கௌதம். உங்களுடன் சேர்ந்து சுற்றிவரும்போது இந்த உலகமே புதிது போல் தோன்றுகிறது."

கௌதம் பேச்சிழுந்தவனாய் அவளை இழுத்து அணைத்துக் கொண்டான். அவனுடைய கைகளுக்குள் அவள் அடங்கியிருந்த போது அவனுக்குமே இந்த உலகம் புதிதாகத்தான் தோன்றியது.

முதல் ஆறு நாள்கள் இஷ்டம் போல் ஊரைச் சுற்றினர். அதன் பின் கௌதம் எஸ்டேட் வேலைகளில் மூழ்கிவிட, பூஜா மட்டும் தனிமையில் எஸ்டேட் பங்களாவை சுற்றிச் சுற்றி வந்தாள். கோயம்புத்தூரில் அவள் உணராத தனிமையை ஊட்டியில் அவள் உணர்ந்தாள்.

"என்னடி வானத்தைப் பார்த்து பெரிய ஆராய்ச்சியே நடத்திக் கொண்டிருக்கிறாய்? வான்வெளியில் விளம்பரப் படம் எடுக்கலாமென்ற எண்ணமா?" கௌதம் பின்னாலிருந்து அவளை கட்டிக்கொண்டு அவள் உச்சந்தலையில் முத்தம் பதித்தபடி கேட்டான்.

"ஆல்ரெடி... அப்படி ஒரு விளம்பரம் படத்தை எடுத்துவிட்டேன்... ஹெலிகாப்டரில் பறந்து போனவர்களின் பக்கத்திலேயே இன்னொரு ஹெலிகாப்டரில் பறந்து ஷூட் பண்ணினோம்." பூஜா இயல்பாய் பதில் கூறினாள்.

"ஓ... உன் வெற்றிகளின் அளவுகோல் தெரியாமல் கேட்டுவிட்டேன்." கௌதம் அவளை விடுவித்து விலகினான்.

பூஜா அவனது விலகலைக் கவனிக்காதவள் போல், "அந்த வெற்றியெல்லாம் ஒரு வெற்றியா? உங்கள் மனதில் இடம் பிடித்திருக்கிறேனே! இதுதானே உண்மையான வெற்றி" என்றபடி அவன் கழட்டி நீட்டிய சர்ட்டை வாங்கி ஹேங்கரில் மாட்டினாள்.

"ஸோ... என்னை வெற்றி கொள்ளத்தான் என்னிடம் காதல் சொன்னாயா?" இயல்பாய்க் கேட்பது போல் அவன் விஷமமாய்க் கேட்டான்.

"ஈஸிட்? அப்படியும்கூட செய்வார்களா?"

"யார் செய்வார்களோ என்னவோ? எனக்குத் தெரியாது. நீ செய்வாய்."

"என் மேல் உள்ள உயர்ந்த அபிப்ராயத்திற்கு என் மனமார்ந்த நன்றி கௌதம். இப்போது சாப்பிடப் போகலாமா? பசிக்கிறது."

கௌதம் அவளைச் சற்றுமுன் குத்திக்காட்டிப் பேசிக் கொண்டிருந்ததை மறந்துவிட்டான். அவளது பசி மட்டும் நினைவிலிருக்க, "வா வா... சாப்பிடலாம். அப்போதே இதை சொல்வதற்கென்ன? அதைச் சொல்வதை விட்டுவிட்டு வாயாடிக் கொண்டிருந்தாயே" என்றபடி டைனிங்டேபிளுக்கு அவளது கைபிடித்து அழைத்துச் சென்றான்.

என்னவோ அவள்தான் அவனுடன் வார்த்தை வளர்த்து வம்புக்கு நின்றது போல் பேசியவனைக் கண்டு சிரிப்பதா இல்லை அழுவதா என்று தெரியாமல் அவனது பின்னாலேயே சென்றாள் பூஜா.

"இங்கே நீ லோன்லியாய் பீல் பண்ணுவது போல் தோன்றுகிறதே?" அவன் சாப்பிட்டுக் கொண்டே கூறினான்.

"நீங்கள் பக்கத்திலிருந்தால் ஒன்றும் தோன்றாது. இல்லாதபோது கொஞ்சம் வெறிச்செ்ன்றுதான் இருக்கிறது." அவனது தட்டில் குருமாவை ஊற்றிக் கொண்டே பூஜா பதில் சொன்னாள்.

"வேலை வேலை என்று பம்பரமாய் சுழன்றவள், இப்போது வீட்டோடு அடைபட்டு விட்டால் அப்படித்தான் இருக்கும். உனக்கு நான் கொடுமை செய்துவிட்டேன் என்று தோன்றுகிறதா?"

பூஜா புருவம் உயர்த்தினாள்.

"எனக்கு நீங்கள் கொடுமை செய்வதா? நெவர்."

ஏதோ ஒரு நதியில்

"மும்பையிலிருந்து உன்னைக் கடத்தி வந்தது நான்தானே!"

"ஆமாம். துப்பாக்கி முனையில் கடத்தி வந்தீர்கள். தட்டைப்பார்த்து சாப்பிடுங்கள். ஆக்சுவலா நீங்கள் கோயம்புத்தூரில் என் அருகில் இருந்ததைவிட அதிக நேரம் இங்கு ஊட்டியில் என்னுடன் இருக்கிறீர்கள். ஆனால் அங்கு உணராத தனிமை உணர்வை இங்கு நான் உணர்வதற்கு காரணம் வேறு கௌதம்."

"என்ன காரணம்?"

"அங்கு அத்தை இருக்கிறார்கள் கௌதம். அவர்கள் இருப்பது வீட்டையே நிறைப்பது போல் இருக்கிறது. எனக்கு அம்மா இல்லை கௌதம். என் சிறு வயதிலேயே இறந்துவிட்டாங்க. நான் தாய்ப்பாசத்தை அறியாதவள். அதை எனக்குத் தந்தது அத்தைதான். அவர்களை நான் மிஸ் பண்ணுகிறேன் கௌதம். அவ்வளவுதான். மும்பையை நான் மிஸ் பண்ணவில்லை."

அவளது வார்த்தைகளை உடைக்கவென்று வந்ததுபோல் ஒரு கார் அவர்களது எஸ்டேட் பங்களாவிற்குள் நுழைந்தது.

—◦—

21

"ஐயா... யாரோ படம் எடுக்கறவங்களாம். உங்களைப் பார்க்கணுமாம்." வேதநாயகி வந்து கூறினாள்.

"யார் என்று விசாரித்தாயா?"

"அவங்க என்னவோ தஸ்ஸூ புஸ்ஸூன்னு இந்தியில் பேசுறாங்க. ஒரு மண்ணும் புரியவில்லைங்க ஐயா."

வேதநாயகி இயல்பாய்க் கூறியதைக் கேட்ட பூஜா 'களுக்'கென்று சிரித்தாள். கௌதம் அவளைக் கேள்வியாய்ப் பார்த்தான்.

"நத்திங் கௌதம். வந்ததில் இருந்து நான் இவளுடைய லாங்வேஜின் ரசிகை ஆகிவிட்டேன். புரியவில்லை என்பது எனக்குப் புரிகின்றது. ஒரு மண்ணும் புரியவில்லை என்பது எனக்குச் சுத்தமாகப் புரியவில்லை. உங்களுக்கு எதுவும் புரிகின்றதா?"

கௌதம் அவளது கேள்விக்கு பதில் சொல்லாமல் வேதநாயகியைப் பார்த்துக் கேட்டான்.

"காத்தவராயன் எங்கே?"

"அது எங்கேங்க ஐயா? ஒரு இடத்தில் நிற்குதா, காலில் சக்கரம் கட்டிக்கிட்டு இல்ல அலையுது."

இப்போது இன்னும் சிரிக்க ஆரம்பித்துவிட்டாள் பூஜா.

"வேதா... அது எப்படி காலில் சக்கரம் கட்டிக்கொண்டு அலைவதாம்? ரோலிங் ஸ்கேட்டரைக் கட்டிக்கொண்டு போயிருக்கிறாரா, உன் ஹஸ்பெண்ட்?"

"ஸ்டாப் இட் பூஜா. அவர்கள் பேச்சே அப்படித்தான். அதைப் போய் கிண்டல் பண்ணுவதா? வேதா... நீ போ."

வேதநாயகி போன பின்னும் பூஜா வாயைப் பொத்திக் கொண்டு சிரித்துக் கொண்டிருக்க, கௌதமின் முகத்திலும் புன்னகை அரும்பியது. அவளது காதைப் பிடித்துச் செல்லமாகத் திருகியவன், "ஏய்ய்... எதற்கடி இத்தனை சிரிப்பு?" என்று கடிவது போல் கேட்டான்.

"இவர்களை எங்கேயிருந்து பிடித்தீர்கள் கௌதம்?"

"எங்கேயிருந்தும் பிடித்துக் கொண்டு வரவில்லை. நம் எஸ்டேட்டில் வேலை பார்க்கும் குடும்பங்களைச் சேர்ந்தவர்கள். நம்பிக்கையானவர்கள். கணவன் மனைவி இருவருமே நமக்கு வேலைக்கு வேண்டும் என்பதால் நம் அவுட் ஹவுஸில் தங்க வைத்து பங்களாவை இவர்கள் பொறுப்பில் விட்டேன்."

"நன்றாக விட்டீர்கள் போங்கள். இவர்களது கொஞ்சலையும் குழாவலையும் பார்த்தால் அவர்கள்தான் ஹனிமூன் கொண்டாடுவது போல் எனக்குத் தோன்றுகிறது. நாமெல்லாம் சும்மா. வெறும் பெயருக்குத்தான் வந்திருக்கிறோம்."

"பார்த்தால் அப்படித் தெரியவில்லலையே. இரண்டு பேரும் ஒருவர்மேல் ஒருவர்கம்ப்ளெயிண்ட் பண்ணிக் கொண்டல்லவா இருக்கிறார்கள்? இவர்களாவது கொஞ்சிக் கொள்வதாவது?"

"நீங்கள் பங்களாவில் தங்கினால்தானே? நீங்கள்தான் காலில் ரோலிங் ஸ்கேட்டர் மாட்டிக் கொண்டிருப்பது போல் சுற்றிக் கொண்டிருக்கிறீர்களே?"

"அவளைப் போல் நீயும் ஆரம்பித்துவிட்டாயா? சரி, வா. யார் வந்திருக்கிறார்கள் என்று போய்ப் பார்ப்போம்."

விதி வலியது. இல்லாவிட்டால் அவள் பாட்டுக்கு அறைக்குள் அடைந்து கொண்டு ஆகாயத்தை ரசித்துக் கொண்டிருந்தவளை கைப்பிடித்து அழைத்துக் கொண்டு கௌதம் வந்தவர்களை விசாரிக்கச் செல்வானா? விதி அங்கே அவள் வாழ்க்கையில் விளையாடக் காத்திருந்தது, அகர்வாலின் ரூபத்தில்.

"ஹாய் பூஜா... நீ இங்கேயா? வாட் எ பிளஸண்ட் சர்ப்ரைஸ்" என்று இந்தியிலும் ஆங்கிலத்திலும் மாறிமாறிப் பேசிக் குதூகலித்தான் அகர்வால்.

அவனருகே தோட்டதை ரசித்துக் கொண்டு நின்று கொண்டிருந்த ஒரு வட இந்திய இளைஞன், 'பூஜா...' என்ற பெயரைக் கேட்டதும் ஆவலாய் அவள் புறம் திரும்பிப் பார்த்தான்.

பூஜாவைக் கண்டதும் அவன் முகத்தில் ஆயிரம் கோடி மின்னல்கள் வெட்டியதைக் கண்டான் கௌதம். அவன் இதயத்தின் ஒரு மூலையில் சிறு வலி ஏற்பட்டது.

ஆவலுடன் பூஜாவின் அருகே விரைந்து வந்த அந்த இளைஞன், "பூஜா... நீங்கள்தானா? உங்களை இங்கே சந்திக்க முடியும் என்று நான் நினைத்துப் பார்க்கவில்லை. ஏன் பூஜா? என்னிடம் கூடச் சொல்லாமல் மும்பையிலிருந்து வந்துவிட உங்களுக்கு எப்படி மனம் வந்தது?

நான் எவ்வளவு தவித்துப் போனேன் என்று உங்களுக்குத் தெரியுமா? தேங்க் டு காட். உங்களை இன்று சந்தித்து இருக்கிறேன்." அவன் குரல் தழுதழுத்தது. அவனும் இந்தியில்தான் பேசினான்.

அகர்வால்... கௌதமின் முகமாறுதலைக் கவனித்துக் கொண்டே அட்டகாசமாய் சிரித்துக்கொண்டே ஆங்கிலத்தில் கூறினான்.

"ஆகாஷிற்கு பூஜா இல்லாமல் ஒரு வேலையும் ஓடவில்லையாம் ஸ்தம்பித்து விட்டான். நான்தான் இந்த அஸைன்மெண்டைக் கொடுத்து அழைத்து வந்தேன். ஆச்சுவலா பூஜா உங்களைக் காணோமென்றதும் நாங்கள் எல்லோருமே ஆகாஷைத்தான் கேட்டோம். 'அவனுக்கே தெரியவில்லை என்றதும் மற்ற யாருக்குத் தெரிந்திருக்கப் போகிறது' என்று எங்களுக்குள் பேசிக் கொண்டோம்."

பூஜா தவித்துப் போனாள். அகர்வால் சரியில்லாதவன். குணம் கெட்டவன். பூஜாவை நெருங்க முயன்று தோற்றவன். ஆகாஷோ பூஜாவிடம் காதல்கொண்டு காதல் சொன்னவன். பூஜா யோசிக்க டைம் கேட்டாள். திடீரென்று திருமணம் நடந்துவிட, ஆகாஷிடம் மட்டும் உண்மையைக் கூறினாள்.

"இட்ஸ் ஓ.கே. பூஜா. பட்... என்னால் உங்களை மறக்க முடியாது. நாம் நண்பர்களாகவாவது பழகலாம் இல்லையா?" என்று வேண்டிக் கொண்டான்.

                    ஏதோ ஒரு நதியில்

சொன்னது போல் நல்ல நண்பனாக இருந்தான். அவனும் சொந்தமாய் அட்வெர்டைஸிங் கம்பெனி நடத்திக் கொண்டிருந்தான். அவனது விளம்பரப்படங்களை அவனேதான் இயக்கினான்.

ஒரே தொழிலில் இருந்ததால் இருவருக்கும் நல்ல பழக்கம் உண்டு. திடீரென்று ஒரு நாள் பூஜா மும்பையிலிருந்து மறைந்து விட்டாள். அவளது செக்ரட்டரி அவளுக்குத் திருமணம் நடந்துவிட்டதாகவும் பூஜாவின் கணவன் வந்து அழைத்துச் சென்று விட்டதாகவும் கூற அகர்வாலின் மனம் வேகமாய் வேலை செய்தது.

அகர்வால் பூஜாவைத் தொட விரும்பித் தோற்றுப் போனதை மறக்கவே இல்லை. எட்டாக் கனி என்றாவது கிட்டும் என்று நேரம் பார்த்தக் காத்துக் கொண்டிருந்தவனுக்கு அவன் என்றுமே அவனுக்கு கிட்டாத கனியாக போய்விட்டாள் என்ற உண்மையை ஏற்றுக் கொள்ள முடியவில்லை.

அவன் வேகமாக வேலை செய்தான். ரூபாவிடம் இயல்பாய் விசாரிப்பது போல் விசாரித்து பூஜாவின் முகவரியை அறிந்து கொண்டான். கோயம்புத்தூரில் கௌதமின் பெயரைச் சொன்னால் உடனே தெரிந்து கொள்ளும் அளவிற்கு அவன் கொடிகட்டிப் பறக்கிறான் என்பதை தெரிந்துகொண்டதும் அகர்வாலுக்கு இனி பூஜாவை அணுக முடியாது என்பது தெரிந்துபோனது.

தனக்குக் கிடைக்காத பூஜா நிம்மதியாக வாழக் கூடாது என்ற வன்மம் அவனுள் முளைவிட்டது. கௌதமைக் கண்காணித்தான். அவனும் பூஜாவும் ஹனிமூன் கொண்டாட ஊட்டிக்குப் போவதை அறிந்ததும் பின்னாலேயே அவனும் தொடர்ந்தான். ஊட்டியில் அவர்களின் முகவரியை அறிந்து கொண்டதும் ஒரு திட்டத்தோடு மும்பைக்குப் பறந்தான். ஆகாஷை தொடர்பு கொண்டான்.

"ஆகாஷ்... என்னுடைய நியூ புராடெக்டிற்கு நீ எடுக்கும் விளம்பரப் படத்தை ஊட்டியில் எடுத்தால் என்ன?"

"அவுட்டோர் போக வேண்டிய அளவிற்கு அந்த விளம்பரத்தில் அவசியம் இல்லை அகர்வால். அது இன்டோரில் எடுத்தால்தான் அழகாய் வரும்."

"நோ... நோ... இதமான மலைச்சாரலில் ஒரு வீடு. அந்த வீட்டில் கணவனும் மனைவியும் நம் புராடெக்டை உபயோகிப்பது போல் எடுத்தால்தான் நன்றாக வரும்."

பணம் கொடுக்கும் முதலாளி விரும்புவதைச் செய்ய வேண்டியதுதானே, ஆகாஷின் கடமை? ஆனால் அகர்வால் விரும்புவது பூஜாவின் மனநிம்மதியின் அழிவை என்பதை அறியாத ஆகாஷ் ஊட்டிக்குச் செல்லச் சம்மதித்தான்.

—◇—

　　　　　　　　　　　　　ஏதோ ஒரு நதியில்

22

ஊட்டியில் ஸ்டார் ஹோட்டலில் தங்கிய ஆகாஷ், லொகேஷன் பார்க்கப் போகலாம் என்று அகர்வால் அழைத்ததும் எதுவும் தெரியாமல்கூடச் சென்றான். கார் சீராக மலைப் பாதையில் சென்றது.

"ஏற்கனவே லொகேஷன் பார்த்து விட்டாயா அகர்வால்? தெரிந்தவன் போல் போகிறாயே."

"இங்கே ஒரு எஸ்டேட் பங்களா நான் எதிர்பார்த்தது போல் இருக்கிறது என்று கேள்விப்பட்டேன். போய்ப் பார்த்துவிடலாமே!"

"எஸ்டேட் பங்களாவா? படப்பிடிப்பிற்குவிட சம்மதிப்பார்களா?"

"கேட்டுப் பார்க்கலாமே!"

அகர்வால் திட்டமிட்டபடியே எல்லாமும் நடந்ததுதான் ஆச்சர்யம். பூஜாவையும் ஆகாஷையும் சந்திக்க வைத்து அதை கெளதம் முகச்சுளிப்புடன் பார்க்கவும் வைத்துவிட்டான்.

"இவர்கள் உனக்குத் தெரிந்தவர்களா பூஜா?" கெளதம் உணர்ச்சியில்லாத குரலில் வினவினான்.

"ஓ... மிஸ்டர் கெளதம். நாங்கள் உங்கள் மனைவியின் நண்பர்கள். அதிலும் இந்த ஆகாஷ் பூஜாவின் மேல் உயிரையே வைத்திருந்தவன்" என்று ஆங்கிலத்தில் அகர்வால் சொல்லவும் பூஜாவும் ஆகாஷும் ஒருசேர பதறிப் போனார்கள்.

"அகர்வால் வாட் இஸ் திஸ்? பூஜா இஸ் மை குட் பிரண்ட். டோன்ட் பி ஸில்லி..." ஆகாஷ் சீறினான்.

"கெளதம்... ஆகாஷ் மும்பையில் என்னைப் போலவே ஒரு அட்வெர்டைஸிங் கம்பெனி வைத்திருக்கிறார். ஒரே புரொபஷனல் என்ற அடிப்படையில் பழக்கமானவர். அவ்வளவுதான்." பூஜா சன்னமாக குரலில் கெளதமிடம் கூறினாள்.

"அவ்வளவுதானா? நீ அவ்வளவுதான் என்கிறாய். ஆனால் அப்படி இல்லை. அதற்கும் மேல் என்று இன்னொருவன் சொல்கிறானே! அதுவும் உன் முன்னாலேயே சொல்கிறானே!" கெளதமும் அடிக்குரலில் முணுமுணுத்தான்.

ஆகாஷ் புருவம் சுருங்கினான். பூஜாவின் அருகே குனிந்து பேசிக் கொண்டிருந்த கெளதமிடம் கை நீட்டினான்.

"மிஸ்டர் கெளதம், நான் பூஜாவின் பிரண்ட். உங்களைப் பார்த்ததில் மிகவும் சந்தோசம். நாங்கள் கிளம்புகிறோம்...»

கெளதம் அவனது நீட்டிய கையைப் பற்றிப் பதிலுக்குக் குலுக்காமல் தவிர்த்தபடி தன் பேண்டிற்குள் கைவிட்டுக் கொண்டான். பூஜா அவனது முகம் பார்க்காமல் அவனது செய்கையைக் கண்டித்தாள்.

"கெளதம்... இது அநாகரிகம். ஆகாஷிற்குக் கை கொடுங்கள்."

"எனக்கு நாகரிகம் தெரியாது பூஜா. நான் காட்டுமிராண்டி."

வேறு வழியின்றி பூஜா ஆகாஷை சமாதனப்படுத்தும் விதத்தில் அவனிடம் மென்மையாய் இந்தியில் கூறினாள்.

"டோன்ட் மிஸ்டேக் ஹிம் ஆகாஷ். அவர் எஸ்டேட் வேலைகளில் பிஸியாக இருப்பதால் டயர்டாக இருக்கிறார்."

"இட்ஸ் ஆல்ரைட் பூஜா. நாங்கள் கிளம்புகிறோம்."

ஆகாஷ் முகவாட்டத்துடன் கிளம்ப முயல அகர்வால் அவனைத் தடுத்து நிறுத்தினான்.

"நில் ஆகாஷ். நாம் வந்த வேலையை மறந்து விட்டுக் கிளம்பினால் எப்படி? மிஸ்டர் கெளதம்... உங்கள் வீட்டில் இரண்டு நாள்கள் நாங்கள் தங்கி விளம்பரப் படம் எடுத்துக்

கொள்ளலாமா?" அகர்வால் ஆகாஷிடம் பேச்சை ஆரம்பித்து கௌதமிடம் சம்மதம் கேட்டு முடித்தான்.

பூஜாவின் மனதில் எச்சரிக்கை மணி அடித்தது. 'இவன் ஏதோ திட்டத்துடன்தான் இந்த வீட்டிற்குள் நுழைந்திருக்கிறான். இவன் கேட்பதை அனுமதிக்கக் கூடாது.'

"நோ அகர்வால்... வீட்டிற்குள் படம் எடுப்பதையெல்லாம் நாங்கள் விரும்ப மாட்டோம் வேறு லோகேஷன் பார்த்துக் கொள்ளுங்கள். ஏன் ஆகாஷ்... உங்கள் செட்டில் படமாக்குவதை விட்டுவிட்டு இவ்வளவு தூரம் ஏன் வந்தீர்கள்?" என்று இந்தியில் படபடத்தாள்.

ஆகாஷின் முகம் கறுத்துவிட்டது. ஏன் வந்தாய் என்று பூஜா கேட்டு விட்டாள். எல்லாம் இந்த அகர்வாலால் வந்தது. பூஜாவின் கணவன் சந்தேகப்படும்படி பேசினால் அவள்தான் என்ன செய்வாள்?

"யு ஆர் கரெக்ட் பூஜா. நான் அதைத்தான் அகர்வாலிடம் சொன்னேன். அவர்தான் கேட்காமல் ஊட்டி வரை என்னை இழுத்து வந்திருக்கிறார். அகர்வால். நாம் மும்பையிலேயே இதை ஷூட் பண்ணிக் கொள்ளலாம். வாங்க போகலாம்."

ஆகாஷ் திரும்பி நடக்க, அகர்வால் அசையாமல் நின்றான். கௌதம் அவனையே பார்த்துக் கொண்டிருப்பதைப் பார்த்த பூஜா மனதிற்குள் தவித்தாள்.

'ஆகாஷ்தான் அழைக்கிறானே! இவன் போய்த் தொலைந்தால் என்ன?'

அகர்வால் போகவில்லை. கௌதமைப் பார்த்து யதார்த்தமான மனிதன் போல் சிரித்தான்.

"ஆகாஷிற்கு பயம். பூஜா அவன் மேல் அக்கறை காட்டினால் நீங்கள் பொறாமைப்படுவீர்கள் என்று நினைக்கிறான் போல. அதனால் இங்கே தங்க பயப்படுகிறான் என்று நினைக்கிறேன். மிஸ்டர் கௌதம்... அவனே தயங்கும்போது நான் எப்படி இங்கு தங்க முடியும்? அவன்தான் பூஜாவிற்கு குளோஸ் பிரண்டு. நான் எல்லாம் சும்மா பச்சா" என்று ஆங்கிலத்தில் கூறினான்.

"ஈஸிட்... அப்படிப்பட்ட குளோஸ் பிரண்டா அவர்? அதையும் பார்த்து விடலாம். ஓ.கே. மிஸ்டர் அகர்வால். நீங்கள் தாராளமாய் எங்கள் வீட்டில் தங்கலாம். விளம்பரப் படமும் எடுக்கலாம். பூஜாவும் சந்தோசப்படுவாள்."

கௌதம், பூஜாவின் முகத்தைப் பார்த்துக்கொண்டே இந்தியில் இதைக் கூறினான். பூஜாவின் முகம் மாறியது.

"உங்களுக்கு இந்தி தெரியுமா?" அகர்வால் ஆச்சரியத்துடன் கேட்டான்.

"யெஸ்... பூஜாவிற்கு இந்தி தெரியும்போது எனக்குத் தெரியாதா? அதிலென்ன இவ்வளவு ஆச்சரியம்?"

"பூஜா எங்கள் ஊர்ப் பெண்."

"அது நடுவில். அவள் பிறந்தது பொள்ளாச்சியில். திருமணம் செய்து கொண்டது கோயம்புத்தூரில்."

"பூஜா எப்படி கோயம்புத்தூரில் இருக்கிறாள்? அவளுக்கு மும்பையைத் தவிர வேறு எந்த ஊரையும் பிடிக்காது."

"அப்படியா? ஏன் அப்படிச் சொல்கிறீர்கள்?"

"ஆகாஷ் பிறந்ததில் இருந்து மும்பையில் வசிப்பவன்."

"அதை ஏன் என்னிடம் சொல்கிறீர்கள்?"

"சும்மா ஒரு பேச்சுக்காகச் சொன்னேன்."

"எனக்கு அப்படித் தோன்றவில்லையே."

"வேறு எப்படித் தோன்றுகிறது?"

பேச்சுப் போகும் திசையை மாற்றாவிட்டால் ஆபத்து என்பதை பூஜா உணர்ந்தாள். பேச்சு, அபாயகரமான திசையை நோக்கிப் போய் கொண்டிருக்கிறதே!

"அகர்வால் கேட்டுக் கொண்டால் உடனே சரியென்று சொல்லிவிட வேண்டுமா? நான்தான் முடியாதென்று சொன்னேனே. என் பேச்சிற்கு இவ்வளவுதான் மதிப்பா?" படபடப்பாய்க் கேட்டாள் பூஜா.

ஏதோ ஒரு நதியில்

"இப்போது அவர்கள் இங்கு தங்கிப் படம் எடுத்தால் உனக்கு என்ன கஷ்டம்?"

"என் பிரைவஸி கெடும்."

"நீதானே தனிமையாய் பீல் பண்ணுவதாய் சொன்னாய். அதனால்தான் உன் நெருங்கிய நண்பனைத் தங்கச் சொன்னேன். உனக்குப் பிடித்த விளம்பர வேலை, உனக்குத் தெரிந்த நண்பர்களின் அருகாமை, உன் தனிமை உணர்வு மறைந்தே போகும்."

"நீங்கள் மனதில் எதையோ வைத்துக் கொண்டு பேசுவது போல் எனக்குத் தோன்றுகிறது."

"உள்ளொன்று வைத்து புறமொன்று பேச எனக்குத் தெரியாது."

"கௌதம்... நாம் நமக்குள் பேசிக் கொள்ள நிறைய விசயங்கள் இருக்கின்றன. முதலில் இவர்களை வெளியில் அனுப்புங்கள்."

"இதுவரை நீ பேசாத எதையும் இனி என்னிடம் பேச நினைக்க வேண்டாம். நீ சொல்லாதது, சொல்லாதாகவே இருக்கட்டும்."

கௌதம் தீர்மானமாய்க் கூற பூஜா செய்வதறியாது அகர்வலைப் பார்த்தாள். அவன் கண்களில் குள்ள நரியின் தந்திரமும் வெற்றிப் பெருமிதமும் தெரிந்தன.

❖

23

'நல்லது செய்ய முடியாதெனினும் அல்லது செய்யாதிருப்பீராக' என்பது பெரியோர்களின் பொன்மொழி. மற்றவர்களுக்கு உன்னால் நன்மை செய்ய முடியாவிட்டாலும் பரவாயில்லை. தீமை செய்யாமலிரு என்று சான்றோர்கள் சொன்னாலும் கேட்பது யார்?

அகர்வால் போன்ற வெறி பிடித்த மிருகம், மனிதர்கள் சொல்வதையே காது கொடுத்து கேட்காது என்கின்ற போது பெரியவர்களின் பொன்மொழியை நினைத்துப்பார்க்குமா? அவன் முகத்தில் வெற்றிக்குறி மின்னியது. கோயம்புத்தூரில் அவன் அறிந்தது நிறைய.

எதுவுமே நடக்காதது போல் பூஜா மும்பையில் இயங்கினாலும் அவளுக்கு திருமணமாகி ஒருவருடம் ஆகின்றது என்பதிலிருந்து அவள் திருமண மண்டபத்தில் இருந்து திருமண நாளன்றே சொல்லாமல் கொள்ளாமல் மறைந்தது, கௌதமின் தாயின் உடல் நிலை சரியில்லாமல் போனது, தாயின் உடல் நிலைக்காகவே அவன் பூஜாவைத் தேடிப்போய் கோயம்புத்தூருக்கு அழைத்து வந்தது வரை துப்புத் துலக்கியிருந்தான்.

பற்றாக் குறைக்கு பூஜாவின் செக்ரட்டரி ரூபா வேறு கௌதம் பூஜாவின் கழுத்தைப் பிடித்து சண்டை போட்டு அழைத்துச் சென்றதைக் கூறியிருந்தாள்.

ஒன்றும் ஒன்றும் இரண்டு என்று கணக்குப் போட்டான் அகர்வால்.

கோயம்புத்தூரிலேயே பெரிய கோடீஸ்வரன். மனைவி விலகிப் போனால் அவளைத் தேடிப் போய் சேர்த்துக் கொள்வானா? கௌதம் நிச்சயம் பூஜாவை ஏற்றுக் கொள்ள மாட்டான்.

தாயின் உடல்நிலைக்காக அவளுடன் சேர்ந்து வாழ்வது போல் நடிக்கிறான் என்பது அவனின் கணிப்பு.

குழம்பிய குட்டையை இன்னும் கலக்கி, அதில் மீனைப் பிடித்து விடும் திட்டத்துடன் அவன் வந்திருந்தான். அதை அறியாத அப்பாவி ஆகாஷும் அவன் அழைத்ததும் பின்னாலேயே வந்துவிட்டான்.

"ஆகாஷ்... கம். சார் நாம் இந்த வீட்டில் தங்கி படம் எடுத்துக் கொள்ளச்சம்மதித்துவிட்டார்." அகர்வால் சட்டமாய் அங்கிருந்த சோபாவில் அமர்ந்து கொண்டான்.

செய்வதறியாது தேங்கி நின்ற ஆகாஷ் தர்ம சங்கடத்துடன் பூஜாவைப் பார்த்தான். அவள் முகம் இறுகியிருந்தது. அவளுக்கு அவர்கள் அங்கே வந்தது பிடிக்கவில்லையென்பது அவள் முகபாவத்திலேயே தெரிய அகர்வாலைப் பார்த்து, "அகர்வால்... நாம் படம் எடுக்கத்தான் பூஜாவின் ஹஸ்பெண்ட் பெர்மிஷன் கொடுத்திருக்கிறார். இங்கு தங்க இல்லை. நீ கிளம்பு. நாம் ஹோட்டலுக்குப் போகலாம்" என்றான்.

"நோ... நோ... மிஸ்டர் ஆகாஷ். நீங்களும் அகர்வாலும் எங்களின் கெஸ்ட். நீங்கள் இரண்டு பேரும் இங்குதான் தங்க வேண்டும். மற்றவர்கள் வேண்டுமானால் ஹோட்டலில் தங்கட்டும்" என்று கரிசனையாகக் கூறினான் கௌதம்.

"உங்களுக்கு ஏன் வீண் சிரமம்?"

"எங்கள் விருந்தோம்பலை நீங்கள் மறுத்தால்தான் சிரமம்."

ஆகாஷ் கௌதமுடன் வாதாடிக் கொண்டிருந்தபோது அகர்வால் அதைப் பொருட்படுத்தாமல், "எங்களுடைய ரூம் எது பூஜா" என்று வினாவினான்.

பூஜா அவனைப் பார்த்த பார்வையில், 'போடா நாயே' என்ற உதாசீனம் இருந்தது. ஆகாஷோ அகர்வாலை, 'வெட்டவா... கொல்லவா...' என்று கொலைப் பார்வை பார்த்தான்.

"நான் காட்டுகிறேன் அகர்வால். நீங்கள் என்னுடன் வாங்க." என்றபடி கௌதம் அவனை அழைத்துச் சென்றான்.

தனித்து விடப்பட்ட பூஜாவும் ஆகாஷும் ஒருவரை ஒருவர் பார்த்துக் கொண்டனர். ஆகாஷ் அவசரமாய் பூஜாவின் அருகில் வந்த, "ஐ ஆம் ஸாரி பூஜா" என்று கூறினான். அதே சமயம் சட்டென்று அவர்கள் பக்கம் திரும்பிப் பார்த்த கௌதமின் கண்களில் மின்னல் வெட்டியது.

பூஜாவின் உடல் ஜில்லிட்டது. இது நல்லதிற்கில்லை என்று தனக்குள் கூறிக் கொண்டவள் ஆகாஷின் வருத்தத்தை உணர்ந்தவளாய் தன் கவலையை தள்ளி வைத்துவிட்டு அவனிடம் சகஜமாய் பேசினாள்.

"ஸாரியெல்லாம் எதற்கு ஆகாஷ்? அவர் ஏதாவது சொல்வாரோ என்றுதான் நான் வேண்டாமென்று சொன்னேன். அவரே சரியென்று சொல்லிவிட்ட பின்னால் எனக்கொன்றும் கஷ்டம் இல்லை. நீங்கள் எங்கள் விருந்தினராக இங்கு தங்குவதில் எனக்குச் சந்தோசம்தான்."

ஆகாஷின் முகம் தெளிந்தது.

"இப்போதுதான் எனக்கு உயிர் வந்தது பூஜா. எங்கே என் வருகை உங்களுக்குப் பிடிக்கவில்லையோ என்று நினைத்துப் பயந்தே விட்டேன். நல்ல வேளையாக நீங்கள் என் வருகையை வெறுக்கவில்லை. என்னால் கனவிலும் உங்களுக்கு சங்கடத்தை உண்டு பண்ண முடியாது பூஜா."

அவன் உணர்ச்சிமயமான குரலில் கூறிக் கொண்டிருந்தபோது மிக அருகில் கௌதமின் குரல் கேட்டது.

"அந்த அளவுக்குப் பூஜாவின் மேல் பிரியம் வைத்திருக்கிறீர்களா மிஸ்டர் ஆகாஷ்?"

ஒரு திடுக்கிடலுடன் திரும்பிப் பார்த்த ஆகாஷ்.

"நிச்சயமாய்... நான் பூஜாவின் மேல் அன்பும் அக்கறையும் கொண்ட நல்ல நண்பன் மிஸ்டர் கௌதம்" என்றான்.

"ஓ... ஐஸீ. நீங்கள் உங்கள் ரூமை பார்க்க வேண்டாமா?"

"வேண்டாம். பூஜாவின் வீட்டில் கெஸ்டாக தங்க நேர்வதே எனக்கு மிகப் பெரிய சந்தோசம். ரூம் இல்லாவிட்டாலும் இங்கே

   ஏதோ ஒரு நதியில்

ஹால் சோபாவில் படுத்து எழுந்துவிடுவேன். எனக்கு அது சிரமம் இல்லை.”

“உங்களுக்குச் சிரமம் இல்லாமல் இருக்கலாம். ஆனால் பூஜாவிற்கு சிரமம் ஆயிற்றே. நீங்கள் ஹால் சோபாவில் சுருண்டு படுத்தால் அவள் மனம் தாங்குமா? என்ன பூஜா நான் சொல்வது சரிதானே? ஆகாஷ் கஷ்டப்பட்டால் உன்னால் தாங்கிக் கொள்ள முடியாதுதானே?” கெளதம் பூஜாவை துளைக்கும் பார்வை பார்த்துக் கொண்டே கேட்டான்.

அதைக் கேட்டுக் கொண்டே வந்த அகர்வாலின் மனம், ‘ஆஹா’ என்று துள்ளியது. கிடைத்த சந்தர்ப்பத்தில் வாயைத் திறந்து விசத்தைக் கக்காவிட்டால் அவனுக்கு தூக்கம் வந்து விடுமா, என்ன?

“வெல்டன் கெளதம். நீங்கள் எவ்வளவு சரியாக மனிதர்களைக் கணிக்கிறீர்கள்? பூஜாவால் ஆகாஷிற்குக் கஷ்டம் வந்தால் தாங்கிக் கொள்ள முடியாது. அதேபோல் பூஜா மேல் ஒரு துரும்பு பட்டாலும் ஆகாஷ் துடித்துவிடுவான். இருவரும் மேட் பார் ஈச் அதர் ஆயிற்றே.

எங்கள் வட்டாரத்தில் எல்லோரும் இவர்கள் இருவரும்தான் மேரேஜ் பண்ணிக் கொள்வார்கள் என்று எதிர்பார்த்தோம். பூஜா இங்கு கிளம்பிவரும் வரை அவளுக்கு மேரேஜ் ஆகிவிட்டது என்ற விசயமே எங்களில் யாருக்கும் தெரியாது.” அகர்வால் அளந்து விட ஆகாஷ் கொதித்துப் போனான்.

“அகர்வால்... பூஜாவிற்கு மேரேஜ் ஆன விசயம் உங்களுக்கு தெரியாது என்று வேண்டுமானால் சொல்லுங்கள். எனக்குத் தெரியும். பூஜா என்னிடம் சொல்லியிருந்தார்கள்.”

“ஓ... ஆகாஷ்... ஏன் இவ்வளவு கோபப்படுகிறாய்? நான் எங்களைப் பற்றி கூறிக் கொண்டிருந்தேன். உங்கள் இருவரையும் பற்றிக் கூறவில்லை. உங்களுக்குள்தான் ரகசியம் என்பதே கிடையாதே. உனக்கு தெரிந்ததெல்லாம் எனக்குத் தெரிந்திருக்க நியாயமில்லை. அதை நான் எதிர்பார்க்கவுமில்லை. நான் கெளதமிடம் சொன்னது உண்மைதானே? நீ பூஜாவைக் காதலித்தாய்தானே?”

ஆகாஷ் பாய்ந்து அகர்வாலின் சட்டையைப் பிடித்து உலுக்கினான். அவன் முகம் கோபத்தில் சிவந்திருந்தது.

"அகர்வால்... மைண்ட் யுவர் வொர்ட்ஸ். பூஜா அவங்களுக்குத் திருமணமானதைச் சொல்லி என் காதலை மறுத்தபின், நான் அவங்களுக்கு நல்ல நண்பன் மட்டும்தான்."

அகர்வால் எதிர்பார்த்தது இதைத்தான். ஆகாஷ் பூஜாவைக் காதலித்தவன் என்பதை கௌதம் தெரிந்து கொள்ள வேண்டும். ஆகாஷின் வாய்மொழி மூலமாகவே அவன் அதைக் கௌதமிற்குத் தெரியப்படுத்திவிட்டான்.

— ⚬ —

   ஏதோ ஒரு நதியில்

24

இதமான குளிர் உடலைத் தொட்டு தழுவிக் கொண்டிருந்தது. பச்சைக் கம்பளம் விரித்தாற்போல் புல்தரை படர்ந்திருக்க, அழகிய மலைச்சூழலில் கட்டப்பட்டிருந்த பங்களாவின் உள்ளேயிருந்து ஒரு அழகிய இளம் பெண் கையில் காபி டிரேயுடன் வந்தாள். தோட்டத்து புல்தரையில் இரண்டு கூடை நாற்காலிகள் எதிரெதிரே போடப்பட்டு அவற்றின் நடுவே டீப்பாய் இருக்க ஒரு நாற்காலியில் ஆண் ஒருவன் அமர்ந்திருந்தான்.

காபியுடன் வந்த இளம்பெண் புன்முறுவலுடன் அவனிடம் காபிக் கோப்பையைக் கொடுக்க குனிந்தாள். அவள் முகம் கேள்விக்குறியுடன் சுருங்கியது. அந்த ஆண் கழுத்து டையை தளர்வாய் அவிழ்த்துவிட்டு கண் மூடி தலையில் கைவைத்து சரிந்து அமர்ந்திருந்தான். வீட்டுக்குள்ளிருந்து ஒரு சிறுவன் ஓடி வந்து அவன் கையைப் பிடித்து இழுத்தான். அவன் கையில் டென்னிஸ் மட்டை இருந்தது.

"அப்பா என்னுடன் விளையாட வாங்க."

"டோண்ட் டிஸ்டர்ப் மீ சரண். என்னால் முடியாது."

அழகாய் முடியை கொண்டை போட்டு காட்டன் சேலையை மடிப்புக் கலையாமல் பின் பண்ணியிருந்த அந்த இளம் பெண், *"என்ன ஆச்சு?"* என்று வினவினாள்.

நேர்த்தியான உடையுடன் முகத்தில் கவனமான ஒப்பனையுடன் நாற்காலியில் சரிந்து அமர்ந்திருந்த அந்த ஆண், *"ஆபீஸில் வேலை அதிகம் அஞ்சலி. ஒரே டென்ஷன்."*

"காபி குடியுங்கள்." அவள் காபிக் கோப்பையை நீட்ட, *"ம்ம்..."* என்றபடி அதை வாங்கிப் பருகியவன் சுறுசுறுப்பாய் கழுத்து டையை உருவி விட்டு எழுந்து கொண்டான்.

"என்ன ஆச்சு?" மீண்டும் அவன் வினவ,

"டென்ஷன் ஓடியே போச்சு" என்றபடி சிறுவனுடன் டென்னிஸ் விளையாட ஆரம்பித்தான் அவன்.

"கட்..." என்றான் ஆகாஷ்... விளம்பரப் படம் எடுத்து முடிக்கப்பட்டு விட்டது.

தோளில் சால்வையைப் போர்த்தியபடி மாடி பால்கனியில் இருந்து அவர்கள் விளம்பரப் படம் எடுத்துக் கொண்டிருப்பதை பார்த்துக் கொண்டிருந்தாள் பூஜா. அவள் பின்னால் சத்தமில்லாமல் வந்து நின்ற கௌதம், "அருமையான இடம்" என்றான்.

அவன் குரல் கேட்டு அவள் திடுக்கிடவும் இல்லை. 'ஏன் இப்படிச் சொல்கிறீர்கள்?' என்று கேட்கவும் இல்லை.

"என்ன பேசமாட்டேன் என்கிறாய்?"

"என்ன பேச?"

"அதைச்சொல். என்னிடம் பேச உனக்கு என்ன இருக்கிறது?"

"வம்பு இழுக்க வந்திருக்கிறீர்கள். ஊட்டியில் எல்லா இடமும் அருமையாக இடம்தான். இதற்குப் பதில் என்ன சொல்வது?»

"நான் ஊட்டியின் இயற்கைக் காட்சிகளைச் சொல்லவில்லை. இந்த பால்கனியைச் சொன்னேன். இங்கேயிருந்து பார்த்தால் தோட்டத்து புல்தரை எவ்வளவு அழகாய்த் தெரிகிறது. புல்தரை மட்டுமா? அங்கே நின்று கொண்டிருப்பவர்களையும் இங்கேயிருந்து நன்றாகப் பார்க்கலாமே!"

பூஜா வேதனையுடன் உதட்டைக் கடித்துக் கொண்டாள். ஆகாஷ் எப்போது அகர்வாலின் சட்டையைப் பிடித்தானோ, அப்போதிருந்தே கௌதம் வாயைத் திறந்தால் விசமமாய்த்தான் பேசுகிறான்.

அகர்வாலின் சட்டையைப் பிடித்த ஆகாஷை கௌதம்தான் சமாதானப்படுத்தினான்.

"ப்ளீஸ் கண்ட்ரோல் யுவர் ஷெல்ப் மிஸ்டர் ஆகாஷ். நீங்கள் உங்களது காதலைத் தெரியப்படுத்தியதையும் அதை பூஜா

   ஏதோ ஒரு நதியில்

மறுத்து விட்டதையும் என்னிடம் சொல்லியிருக்கிறாள். நீங்கள் இருவரும்தான் குட் பிரண்ட்ஸ் ஆயிற்றே. அகர்வால் யதார்த்தமாய் பேசியதை பெரிது பண்ணாதீர்கள். நீங்கள் விரும்பியபடி விளம்பரப் படத்தை ஷூட் பண்ணிவிட்டுக் கிளம்புங்கள்."

யூனிட்டைச் சேர்ந்த மற்றவர்கள் ஹோட்டலில் தங்க, அகர்வாலும் ஆகாஷும் அன்று இரவு கௌதமின் பங்களாவில் தங்க வந்து விட்டார்கள். அவர்கள் வந்த கொஞ்ச நேரத்திலேயே வேதநாயகி பூஜாவைத் தேடி வந்துவிட்டாள்.

"என்ன வேதா?"

சோர்வாய் தலையைப் பிடித்தபடி பட்டிலில் சுருண்டு படுத்திருந்த பூஜா கேட்டாள். அவளது கண்கள் சிவந்து இமைகள் வீங்கியிருந்தன. வேதநாயகி பதறியபடி அவளருகில் வந்து கேட்டாள்.

"என்னம்மா... முகமெல்லாம் வீங்கியிருக்கு. உடம்பு சரியில்லையா? டாக்டருக்கு போன் போடவா?"

"வேண்டாம்... சரியாகிவிடும். நீ என்ன விசயம்ன்னு சொல்."

"அந்தக் கட்டையில போறவன் யாரும்மா?"

"யாரைச் சொல்கிறாய்?"

"அதுதான் அந்த தண்டச்சோறு தடிமாடு. பொம்பளைகளையே பார்க்காத ஜென்மம் போல அப்படி என்னம்மா பார்வை வேண்டிக் கிடக்கு?"

"ஓ... நீ அகர்வாலைச் சொல்கிறாயா?"

"அந்தக் கழுதை வாலைத்தான் சொல்லுறேன். ஐயா சொன்னாரேன்னு எது வேண்டுமானாலும் என்னைக் கூப்பிடுங்க ஐயான்னு அவன்கிட்டயும் இன்னோர் ஆள்கிட்டயும் போய் சொன்னேன்."

"அவர் பெயர் ஆகாஷ்."

"அந்த மனுஷன் நல்ல மனுசன்ம்மா. பாஷை புரியாவிட்டாலும் நான் சொன்னதை புரிஞ்சிக்கிட்டு, 'டாங்க் யு'ன்னு சொல்லுச்சு. இவன் என்னடான்னா, நான் சொன்னதைக் கேட்டு ஈன்னு பல்லைக் காட்டிக்கிட்டு என்னைக் காட்டி ஏதோ சொல்றான்ம்மா."

அவன் என்ன சொல்லியிருப்பான் என்பதை பூஜாவால் யூகம் பண்ண முடிந்தது. அவனே கேடு கெட்டவன். அவனிடம் போய் 'என்ன வேண்டுமானாலும் என்னைக் கேள்' என்று சொன்னால் அவன் என்ன சொல்வான்?

"அவனிடம் பேச்சு வைத்துக் கொள்ளாதே வேதா. அவன் நல்லவன் இல்லை. அவன் பார்வையில் படாதே."

"அடத் தண்டக் கருமாந்திரமே! அவன் கிட்டப் போய் நானு என்ன வேணும்ன்னு கேட்டுத் தொலைச்சிருக்கேனே. அவனை வெட்டிப் புதைக்கணும். அவன் என்னமோ சொன்னான். அது சரியில்லைலன்னு மட்டும் எனக்குத் தெரியுது. என்னா சொன்னான்னு மட்டும் ஒரு எழவும் வெளங்க மாட்டேங்குது. என்னம்மா சொல்லியிருப்பான்?"

"நிச்சயம் நல்லபடியாய் சொல்யிருக்க மாட்டான் என்கிறபோது நாம் ஏன் அதைப்பற்றி யோசித்து மண்டையை உடைத்துக் கொள்ள வேண்டும்? விட்டுத் தள்ளு. நீ அவன் ரூம் பக்கம் போகாதே."

"நான் என்னம்மா செய்வேன்? நம்ம ஐயாதான் அவங்க நம்ம விருந்தாளிங்க. கவனிச்சுக்கங்கன்னு என் புருஷன் கிட்ட சொன்னாரு. என் புருஷன் யதார்த்தமா என்னை அனுப்பி விசாரிச்சுட்டு வரச் சொல்லுச்சு. நானும் சூதுவாதில்லாம போய் கேட்டுப்புட்டேன்."

"இனி நீ போகாதே. காத்தவராயனைப் போகச் சொல். உங்க ஐயா அவன் குணம் தெரிந்துதான் உன்னிடம் சொல்லாமல் உன் ஹஸ்பெண்ட்கிட்ட சொல்லியிருக்கார். அதைப் புரிந்துகொள்."

"அட ஆமாம். ஆனாலும் அம்மா ரெண்டு பொம்பளைக இருக்கிற இடத்தில இப்படிக் குணம் கெட்ட மனுசனை இருக்கச்

   ஏதோ ஒரு நதியில்

சொல்லலாமா? அது எப்படி நம்ம ஐயாவுக்கு தெரியாமல் போச்சு? இதுவரை இப்படிப்பட்ட ஆளுக யாரும் இங்க வந்து தங்கினதில்லையே. இப்ப மட்டும் ஏன் இப்படி நடக்குது?"

"ஐயாவுக்கு அவன் இப்படியும் செய்வான்னு தெரிந்திருக்காது வேதா."

"என்னம்மா இது? ஐயாவுக்கா எதுவும் தெரியாது? அவன் குணம் கெட்ட மனுசன்னு முகரையைப் பார்த்தாலே தெரியுது. முசல் பிடிக்கிற நாயை முகரையைப் பார்த்து கண்டு பிடிச்சிடலாம். நமக்குத் தெரியறது, ஐயாவுக்கு தெரியாமல் இருக்குமா?"

"அவர் எது செய்தாலும் அதில் காரணம் இருக்கும் வேதா. நீ அவனிடம் ஜாக்கரதையாய் இரு. ஏதேனும் அத்து மீறி நடந்தால் தயங்காமல் அடித்துவிடு. எங்களுக்காகப் பார்க்காதே. ஆல்ரெடி இவன் நிறையப் பெண்களிடம் அடிவாங்கிய ஆள்தான்."

"சொல்லிட்டிங்க இல்ல. இனி அவன் ஏதாவது வாலை ஆட்டினால் ஒட்ட நறுக்கி விட மாட்டேன்? எனக்கு வெளிப்பேருதான் வேதநாயகி. அசல் பேரு பத்ரகாளி. அவன் குடலை உருவி மாலை போட்டுவிடுவேன். அவன் எலும்பை எண்ணாமல் விடமாட்டேன். ஹா... ஹா..."

விட்டால் சூலாயுதத்தை எடுத்துக் கொண்டு அகர்வாலைத் தேடிச் சென்று விடுவாள் போலத் தோன்றிய வேதநாயகியை பூஜா சமாதானப்படுத்தி அனுப்பி வைத்தாள்.

❦

25

"அவன் குணம் கெட்டவன் என்று உனக்கு எப்படித் தெரியும்?" பாத்ரூம் கதவைத் திறந்து கொண்டு வந்த கௌதம் கேட்டான்.

"நீங்கள் பாத்ரூமிலா இருந்தீர்கள்?"

"ஆமாம். நான் கேட்டுக் கொண்டிருப்பது தெரிந்திருந்தால் நீ வேதாவிடம் அவ்வளவு விளக்கமாக பேசியிருக்கமாட்டாய். இல்லையா?"

"ஏன் பேசியிருக்க மாட்டேன்? கட்டாயம் பேசியிருப்பேன். அவன் ஒரு ரோக். அவனைக் கொண்டு வந்து வீட்டில் தங்க வைத்து விருந்து வைக்கிறீர்கள். நான் சொல்வதைக் காது கொடுத்துக் கேட்க மாட்டேன் என்று பிடிவாதம் செய்கிறீர்கள்."

"நீ காலம் கடந்து சொல்வாய். நான் காது கொடுத்து கேட்க வேண்டுமா?"

"காலம் கடந்து சொல்கிறேன் என்று குற்றம் சாட்டும் அளவிற்கு இது ஒன்றும் முக்கிமான விசயம் அல்ல. அதைவிட முக்கியமாய் நாம் பேச, நான் பேச, நான் சொல்ல நிறைய விசயங்கள் இருக்கின்றன."

"உன்னை ஒருவன் காதலித்தது, முக்கியமான விசயம் இல்லலையா?"

"எனக்கு அது முக்கியமான விசயம் இல்லை. ஏன் பார்க்க வசீகரமாய் இருக்கிறீர்கள். இதுவரை உங்களிடம் ஒருத்திகூட காதல் சொன்னதில்லையா?"

கௌதமின் முகம் லேசாக மலர்ந்தது. இவள் புத்திசாலி. என்னமாய் கேள்வி கேட்கிறாள். அவனிடம் நிறைய பெண்கள் காதல் சொல்லியிருக்கிறார்கள்... அவன் மனதை ஈர்க்கும்

வகையில் யாரும் இல்லாததால் அவன் பிடிகொடுக்காமல் நழுவிவிட்டான்.

"காதல் சொன்னால் நான் காதலித்துவிடுவேனா? என் மனம் சலனப்பட்டது ஒருத்தியிடம்தான்."

பூஜாவின் தலையில் யாரோ பூக்கூடையைக் கவிழ்த்தியது போல் இருந்தது. அவள் தொட்ட சாதனைகளின் உயரத்தைவிட இதுவே மிகப்பெரிய சாதனையாக அவளுக்குத் தோன்றியது.

"அது போல்தான் எனக்கும். என்னிடம் ஆயிரம் பேர் காதல் சொல்லலாம். எனக்குப் பிடித்திருக்க வேண்டாமா? ஆகாஷ் என்னிடம் காதல் சொன்னார். திருமணம் செய்து கொள்ள விரும்புகிறேன் என்றார்." பூஜா சொல்லிக் கொண்டிருக்கும்போதே கௌதம் இடைமறித்தான்.

"நீ திருமணம் ஆனவள் என்பதால் தயங்கியிருப்பாய். அதைக் காரணமாகச் சொல்லியிருப்பாய். ஒரு வேளை உனக்குத் திருமணம் ஆகாமல் இருந்திருந்தால், அவனை அவன் காதலை நீ ஏற்றுக் கொண்டிருப்பாய்தானே?"

பூஜா அமைதியாய் கௌதமின் முகம் பார்த்தாள். அவனது கொந்தளிப்பின் காரணம் புரிந்தது.

"இல்லை கௌதம். ஆகாஷ் என்னிடம் காதல் சொன்னபோது நம் திருமணம் நடந்திருக்கவில்லை."

"நீ என்ன சொல்கிறாய்?"

"யெஸ் கௌதம். நான் மும்பையில் விளம்பரப் படத்தொழிலில் காலையூன்ற ஆரம்பித்திருந்த நேரம் அது. ஆகாஷ் என்னிடம் காதல் சொன்னார். எனக்கு அப்போது திருமணத்தில் நாட்டமில்லை. அதே சமயம் ஆகாஷின் மனம் புண்படப் பதில் சொல்லவும் விரும்பவில்லை. பிஹாஸ், ஹி இஸ் ரியலி எ ஜென்டில் மேன்.

ஸோ, நான் டைம் கேட்டேன். அதற்குப் பின் ஒரு வருடம் ஓடியது. நான் அட்வெர்டைஸிங் துறையில் காலூன்றி விட்டேன். அப்போதுதான் நம் திருமணம் நடந்தது. நான் திரும்பி மும்பை சென்றதும் ஆகாஷிடம் மட்டும் நம் திருமணத்தைக் கூறினேன்."

"அவனிடம் மட்டும் சொல்ல வேண்டுமென்றால் அவன் உனக்கு ஸ்பெஷல்தானே?"

"ஆகாஷ் எனக்கு ஸ்பெஷல்தான் கௌதம். பெண்களை போகப் பொருளாய் பார்க்கும் அந்தக் கூட்டத்தின் மத்தியில் பெண்களை கௌரவப் படுத்துபவன். அவன் நல்ல மனிதன். பட்... அவனிடம் ஏனோ எனக்கு கடைசிவரை ஓர் ஈர்ப்பு ஏற்படவே இல்லை. நம் திருமணம் முடிந்தது.

அவனைத் தட்டிக் கழிக்கிறேன் என்று அவன் நினைத்து விடாமல் அவன் மனத்தைப் புண்படுத்தாமல் நான் விலகிவிட சரியான வாய்ப்பு என்று எனக்குத் தோன்றியது.

அவனிடமிருந்து விலகிவிட விரும்பிய நான் என்திருமணத்தைப் பற்றி அவனிடம் சொன்னேன். இதைத் தவிர நீங்கள் நினைப்பது போல் அவன் வேறு எந்த வகையிலும் எனக்கு ஸ்பெசலானவன் கிடையாது."

"நான் என்ன நினைத்தேன்?"

பூஜா பதில் சொல்லாமல் எழுந்து கதவை திறந்து கொண்டு கீழே செல்லப் போனாள்.

"நில்..." கௌதம் கதவை மூடித்தாழிட்டான்.

"நான் இன்னும் பேசி முடிக்கவில்லை."

"இன்றைக்கு என்ன என்னுடன் பேச இவ்வளவு ஆவலாய் இருக்கிறீர்கள் கௌதம்?"

"ஏன்? இதற்கு முன் உன்னிடம் எனக்கு ஆவல் தோன்றியதே இல்லையா? என் ஆவல் உனக்குப் புதிதா?"

பூஜாவுக்குள் கிளர்ச்சி ஏற்பட்டது. ஆனால் அவளது ஆழ்மனம் அவளை அதட்டி அடக்கியது. முகம் திரும்பிக் கொண்டாள்.

"என்னைப் பார்க்கக்கூட உனக்குப் பிடிக்கவில்லையா?"

"நீங்கள் கேட்க வந்ததைக் கேளுங்கள்."

"அந்த அகர்வால் ஒரு ரோக் என்று உனக்கு எப்படித் தெரியும்?"

 ஏதோ ஒரு நதியில்

"அவன் என்னிடம் பலமுறை வம்புக்கு வந்து தோற்றவன். ஓர்முறை அவன் கன்னத்தில் அடித்திருக்கிறேன்."

கௌதமின் முகம் பார்க்காமல் சுவரைப் பார்த்துக்கொண்டு கூறியவளின் கண்கள் கலங்கி விட்டன. கௌதமின் முகம் மிகப் பயங்கரமாய் மாறியது. பூஜா அதைக் கவனிக்கவில்லை.

"இது நடந்தது எப்போது?"

"ஆரம்பத்திலிருந்தே அவன் என்னிடம் வாலாட்டிக் கொண்டுதான் இருந்தான்."

"அப்படி ஒரு சூழ்நிலையில் நீ வேலை பார்த்திருக்கிறாய்."

கௌதம் குற்றம் சாட்டும் பாவனையில் கூறினான். பூஜா சோர்வாய் தலையை ஆட்டிவிட்டு கட்டிலில் சாய்ந்து அமர்ந்து கொண்டாள்.

"இது அயோக்கியர்கள் நிறைந்த உலகம் கௌதம். அவர்களுக்கு பயந்து பெண்கள் சமையல் கட்டிலேயே முடங்கிக் கிடக்க வேண்டுமா? வீட்டுப் படியைத் தாண்டினால் பிரச்சனைகள் ஆயிரம் வரும். அதை சந்திக்கத்தான் வேண்டும். அவற்றை எதிர்த்து நின்று ஜெயிக்கத்தான் வேண்டும். நான் வெளிநாட்டில் படிக்கப் போனபோது எனக்குப் பிரச்சனை வரவில்லையா? அங்கேயும் வந்தது. சமாளித்தேன். எனக்குப் பிடித்த துறையில் நான் ஈடுபட்ட போதும் அகர்வலால் மட்டுமில்லை, பலரால் எனக்குப் பிரச்சனைகள் வந்தன. எதிர்த்துத்தான் நின்று ஜெயித்தேன்.

மற்றவர்கள் நான் இப்படித்தான் என்பதை அறிந்ததும் விலகிக் கொண்டார்கள். அகர்வால் மட்டும் என்னிடம் அடிவாங்கும் அளவிற்கு தொல்லை கொடுத்தான். நான் அவனது புராடெக்டுகளுக்காக விளம்பரங்களை எடுத்துக் கொடுக்க மறுத்துவிட்டேன். அது அவனது தோல்வி.

அவனால் தோல்வியைத் தாங்கிக் கொள்ள முடியாமல் தொடந்து வந்திருக்கிறான். ஒன்றை மட்டும் நினைவில் வைத்துக் கொள்ளுங்கள் கௌதம். எங்கேயிருந்தாலும் நான் நானாகத்தான் இருந்தேன். இனியும் நான் நானாகத்தான் இருப்பேன்."

அவன் நீளமாய் பேசி முடித்த அயர்வில் கண்களை மூடிக் கொண்டாள். கௌதம் அவளருகே வந்து கட்டிலில் அமர்ந்து அவளது நெற்றியில் கை வைத்தான். அவளது தலைவலிக்கு அது இதமாய் இருந்தது, அவளது முக மாற்றத்திலிருந்து தெரியவும் கௌதம் ஆதரவாய்க் கேட்டான்.

"ஏன்... என்ன ஆச்சு? தலை வலிக்கிறதா?"

"ம்ம்ம்..."

கௌதம் கதவைத் திறந்து வேதாவை அழைத்து சூடாய் காபி கொண்டுவரச் சொல்லிவிட்டு அவளது தலையை இதமாய் பிடித்துவிட்டான். அந்தப் பரிவில் பூஜாவின் கண்கள் கலங்கி கண்ணீர் வழிந்தது.

—◦—

  ஏதோ ஒரு நதியில்

26

'நீயே என் தாயின் நோயானாய். நீயே அதைத் தீர்க்கும் மருந்தும் ஆனாய்' என்று அன்று ஒருநாள் கௌதம், பூஜாவைப் பார்த்துக் கூறினான்.

இன்று அவனே அவளை வேதனைப்படுத்திவிட்டு, ஆறுதலாய் நெற்றியை வருடிக் கொடுக்கவும் செய்கிறான். அவன் மடியில் முகம் புதைத்து ஒரு விசயம் சொல்ல ஆசைப்பட்டாள் பூஜா. மனமோ, 'வேண்டாம்' என்று தடுத்தது.

'நங்கூரமில்லாத கப்பல் அலைகடலில் ஆடுவதைப் போல் அவன் மனம் அமைதியிழந்து தவிக்கின்றது. அவனது மனதின் ஆட்டம் நின்று உன் காதலை உணர்ந்து உன்னை நாடி வரும்போது இந்த உண்மையைச் சொல். இப்போது சொல்ல வேண்டாம். இதைச் சொல்லி அவன் காதலைப் பெற முயல்வது போல் ஆகிவிடும். சொல்லாதே.

உனக்குத் தேவை அவனது உண்மையான காதல். அத்துடன் உன் உண்மையான காதலை அவன் உணர்ந்து கொள்ளவும் வேண்டும். இரண்டும் நடக்கட்டும். நிலையில்லாமல் ஆடிக் கொண்டிருக்கும் அவனது மனம் நிலைத்து நிற்கட்டும். அதன் பின் சொல்.'

பூஜா சொல்ல வேண்டாமென்று முடிவெடுத்து கண்களை மூடிக்கொண்டு படுத்தாள். அப்படியே தூங்கி விட்டாள். கன்னத்தில் ஈரமான ஸ்பரிசம் உணர்ந்து விழித்தாள்.

"இந்நேரம் நீ தூங்க மாட்டாயே பூஜா. உடம்பிற்கு என்ன செய்கிறது? டாக்டரை வரவழைக்கவா?" கௌதமின் குரலில் கவலை தென்பட்டது.

"நானும் இதைத்தான் சொன்னேன். அம்மா வேண்டாமுன்னு சொல்லிட்டாங்க. எந்தப் பாவியின் கொள்ளிக் கண்பட்டதோ,

அம்மாவின் முகமே சரியில்லை." வேதநாயகி அகர்வாலின் கண்களை நினைத்துக் கொண்டே கூறினாள்.

"அதெல்லாம் ஒன்றுமில்லை வேதா... ஐ ஆம் ஆல்ரைட்."

பூஜா எழுந்து நின்று தடுமாறினாள். கௌதம் அவளைத் தாங்கிப் பிடித்துக் கொண்டான். அவன் தோளில் தலை சாய்த்துக் கொண்டாள் பூஜா. அவளது செய்கையில் நெகிழ்ந்து போன கௌதம், "அப்படியே கீழே இறங்கி வந்து சாப்பிட்டு விட்டு வந்து விடுகிறாயா? இல்லை, இங்கே கொண்டு வரச் சொல்லட்டுமா?" என்று வினவினான்.

"வேண்டாம் கௌதம். நான் வருகிறேன்."

பூஜா, கௌதமின் தோள் சாய்ந்து கொள்ள அவன் ஆதரவாய் அவளை அணைத்துக் கொண்டே மாடியிறங்கினான். டைனிங் டேபிளில் அமர்ந்திருந்த அகர்வாலின் முகம் அதைப் பார்த்ததும் கருத்தது. ஆகாஷின் முகமோ கவலையைக் காட்டியது.

"வாட் இஸ் ராங் வித்யு பூஜா?" என்று பரபரப்பாய்க் கேட்டான்.

"ஏன் கவலைப்படுகிறாய் ஆகாஷ். அதுதான் பூஜாவைக் கவனித்துக் கொள்ள அவளது ஹஸ்பெண்ட் இருக்கிறாரே? நீ ஏன் தேவையில்லாமல் பதறுகிறாய்?" அகர்வால் எடுத்துக் கொடுத்தான்.

'இவனோடு இது ஒரு தொல்லை. பேசாமல் ரூமிலேயே இருந்திருக்கலாம்' என்று பூஜா எண்ணமிடும் போதே கௌதமின் கை அவள் தோள் மேலிருந்து விலகியது.

'இவன் இன்னொரு தொல்லை. அடுத்தவன் ஏதாவது பேசி விட்டால் இவனுக்கு ஏதாவது வந்துவிடும்.'

பூஜா எரிச்சலுடன் சேரில் அமர்ந்தாள். வேதநாயகி அகர்வாலை முறைத்துக் கொண்டே எல்லோருக்கும் பரிமாறினாள். காத்தவராயன் வேறு வேதநாயகி சொல்லிய செய்தியில் கோபம் அடைந்திருந்தான். வேட்டியை மடித்துக் கட்டிக்கொண்டு அங்கேயே சுற்றிவந்து கொண்டிருந்தான்.

"இந்தாங்கம்மா... இதைக் கொஞ்சம் சாப்பிடுங்க. தலைசுத்தல் சரியாயிரும்." வேதநாயகி பரிமாறின புளிக் கூட்டைத் தொட்டு வாயில் வைத்துப் பார்த்தாள் பூஜா.

"நன்றாயிருக்கிறது வேதா. இன்னும் கொஞ்சம் வையேன்."

அகர்வாலின் முன்னாலிருந்த அந்த பாத்திரத்தை வேதநாயகி எடுக்கும்போது அவன் வேண்டுமென்றே தண்ணீர் தம்ளரை எடுக்கும் சாக்கில் அவளது கை தொட்டு விட வேதநாயகி கொதித்துப் போனாள்.

நிமிர்ந்து காத்தவராயனை அவள் பார்க்க அவன் விழி சிவந்துவிட்டது. தற்செயலாய் செய்வதுபோல் கொதிக்கின்ற குருமாவை அவன்மேல் ஊற்றிவிட்டாள் வேதநாயகி. அகர்வால் சூடு தாங்க முடியாமல், "ஆ..." என்று அலறி எழுந்தான்.

"அடடா... கைதவறி விட்டது சாரே. யோவ்... ஐயாவை நல்லாக் குளிப்பாட்டி கவனிச்சு அனுப்பு. நீங்க போங்க சாரே."

அகர்வால் கை பொத்துப் போனவனாய் எழுந்து உடையில் இருந்த குருமாக் கறையைக் கழுவி வரப் போனான். காத்தவராயன் வெகு மரியாதையுடன் அவன் பின்னாலேயே தொடர்ந்தான். சற்று நேரம் கழித்து திரும்பி வந்த அகர்வாலின் முகத்தில் சவக்களை இருந்தது. முகம் வீங்கியிருந்தது. அவனை அதே மரியாதையுடன் பின் தொடர்ந்து வந்து நின்ற காத்தவராயனின் முகத்தில் கோபம் குறைந்திருந்தது.

"வேதா... ஐயாவுக்கு என்ன வேணும்ன்னு கேட்டுப் போடும்மா." அவன் அக்கறையொழுகும் குரலில் கூறினான்.

"ஏன் மச்சான்... நீ கவனிச்ச கவனிப்பு பத்தாதா? நான் வேற கவனிக்கணுமா? நான் போடுவது சாருக்குப் போதாது. வேண்டுமென்றால் நீ இன்னும் கொஞ்சம் போடு" வேதநாயகி அகர்வாலைப் பார்த்துக் கொண்டே கிண்டலாய் கூறினாள்.

"அவர்கள் என்ன பேசிக்கொள்கிறார்கள்?" அகர்வால் புரியாமல் கௌதமிடம் வினவினான்.

கௌதம் இந்தியில் அதைக் கூறினான்.

"இன்னும் போடச் சொல்கிறாளா... போட்டதே போதும் மிஸ்டர் கௌதம்." அகர்வால் எழுந்து கை கழுவ ஓடினான்.

"ஏன் வேதா... இவன் இப்படி ஓடுகிறான்?" பூஜா புரியாமல் வினவினாள்.

"என் மச்சான் இன்னும் கொஞ்சம் வெத்தலை பாக்கு கொடுத்து போடவச்சிரும்ன்னு பயந்துகிட்டு ஓடுறான்." வேதநாயகி பெருமையாய்க் கணவனைப் பார்த்துக் கொண்டாள்.

மனைவியின் பார்வையில் மகிழ்ந்து போன அவன் மீசையை முறுக்கிவிட்டுக் கொண்டு பெருமிதமாய் நிமிர்ந்து நின்றான்.

"வெத்தலை பாக்கு கொடுத்தீர்களா? அவன் பான்பராக் போடும் ஆளாச்சே. வெத்தலை பாக்கை எப்படிப் போட்டான்?" பூஜா புரியாமல் மேலும் தூண்டித் துருவினாள்.

"அட... நீங்க வேறம்மா. எல்லாத்தையும் உங்களுக்கு விளக்கமாகச் சொல்லணும். அந்த கருமாந்திரம் பிடிச்சவன் என் கையை வேணும்ன்னே தொட்டுக்கிட்டு இருந்தான். என் மச்சான் முன்னாடியே அப்படிச் செய்ய அவனுக்கு எவ்வளவு தைரியம் இருக்கணும்? அதான்... என் மச்சான் கண் ஜாடை காட்டவும் அவன் கையில் கொதிக்கிற குருமாவை ஊத்திவிட்டேன். சட்டையைக் கழுவப் போனவன் பின்னாலேயே என் மச்சான் போயி அவனை நாலுபோடு போட்டு கூப்பிட்டுக்கிட்டு வந்திருச்சு."

"அவன் இதைப் பற்றி வாயைத் திறக்கவே இல்லையே!"

"எப்படித் திறப்பான்? திருடனுக்குத் தேள் கொட்டினால் அவன் கத்த முடியுமா? வெளியேதான் சொல்ல முடியுமா? இவனே பொறுக்கி. இவன் எப்படி வாயைத் திறப்பான்? திறந்தால் அவன் வாயைக் கிழித்து விடமாட்டேன்?"

வேதநாயகி இலகுவாய்க் கூறிக்கொண்டே சமையல் பாத்திரங்களை எடுத்துக் கொண்டு சென்றாள். அவள் செல்வதைப் பார்த்துக் கொண்டே இருந்த பூஜா, பார்வையை விலக்கிக் கௌதமைப் பார்த்தாள். அவன் தோள் குலுக்கிக் கொண்டான்.

                              ஏதோ ஒரு நதியில்

அவனது தோள் குலுக்கலுக்கு என்ன அர்த்தம் என்று யோசித்துக் கொண்டே பூஜா கைகழுவ எழுந்தாள். இரண்டு அடி எடுத்துவைக்கும் போதே நடை தள்ளாட, ஆகாஷ் அவளுக்கு கை கொடுக்கப் பதறி எழுந்தான்.

27

பூஜா நிற்க முடியாமல் தடுமாறியபோது அவளைத் தாங்கிப் பிடிக்க பதறி எழுந்தது ஆகாஷ். ஆனால் அவளைத் தாங்கிக் கொண்டது கெளதம்.

"ஏய்... என்னடி செய்கிறது? டாக்டரிடம் கூப்பிட்டாலும் வர மாட்டேன் என்கிறாய். டாக்டரைக் கூப்பிடலாம் என்றாலும்விட மாட்டேன் என்கிறாய். ஏண்டி என்னைத் தொல்லை செய்கிறாய்?"

"ஐ ஆம் ஸாரி கெளதம். ஐ பீல் ஸ்லீப்பிங் டென்டன்ஸி. தூங்கி எழுந்தால் சரியாகிவிடும். நத்திங் டு வொர்ரி."

"என்னத்தை வொர்ரி பண்ணிக் கொள்ளாமல் இருப்பது? நிற்க முடியாமல் தள்ளாடிக் கொண்டு, 'நத்திங் டு வொர்ரி' என்கிறாய். எனக்கு எதுவும் சரியாகப் படவில்லை."

கெளதம் அலுத்துக் கொண்டே அவளை வாஷ்பேசின் அருகே அழைத்துச் சென்றான். கைகழுவி விட்டுத் திரும்பியவளை இரு கைகளிலும் தூக்கிக் கொண்டான்.

"கெளதம்... எதற்கு இதெல்லாம்? ஐ கேன் மேனேஜ்."

"கொஞ்சம் வாயை மூடிக்கொண்டு வருகிறாயா?"

ஆகாஷ் இருப்பதைக் கவனிக்காதவன் போல் கெளதம் பூஜாவை பூமாலை போல் கைகளில் ஏந்திக்கொண்டு மாடி ஏறினான்.

அவன் மாடியேறுவதை பார்த்துக் கொண்டிருந்த ஆகாஷ் கை கழுவிவிட்டு தன் அறைக்குள் போகப் போனான்.

"அவளைத் தரையில் விடாமல் தாங்கிப் பிடித்துக் கொள்கிற ஹஸ்பெண்ட் பூஜாவிற்குக் கிடைத்திருக்கிறான் பார்த்தாயா?"

அகர்வால் அவனது அறை வாசலில் நின்று கொண்டு வினவினான். அவர்கள் இருவருக்கும் ஹாலின் ஓரமாக இருந்த இரு அறைகளை கொடுத்திருந்தான் கெளதம்.

கெளதமின் படுக்கையறை மாடியில் இருந்தது. அவன் மாடியேறுவதைக் கவனித்துக் கொண்டிருந்துவிட்டு அறைக்குத் திரும்பிய ஆகாஷிடம்தான் அகர்வால் வம்பு பேசினான்.

“அகர்வால்... நாம் இங்க கெஸ்ட். அடக்கி வாசியுங்கள்.”

“நான் அடக்கி வாசிப்பது இருக்கட்டும். நீ ஏன் அடங்கிப் போகிறாய்? உன் கண்முன் உன் காதலியை ஒருவன் தூக்கிக் கொண்டு போகிறான். உனக்கு மனம் துடிக்கவில்லையா?”

“நீங்கள் என்ன பைத்தியமா அகர்வால்? கெளதம் யாரோ ஒருவன் அல்ல. பூஜாவின் கணவன். அவளை அவர் தொட்டுத் தூக்காமல் யார் தூக்குவார்கள்?”

“உனக்குப் பொறாமையாய் இல்லையா?”

“இல்லை அகர்வால்... எதற்குப் பொறாமைப்பட வேண்டும்?”

ஆகாஷ் அவன் அறைக்குள் போய் கதவை அடைத்துக் கொண்டான்.

‘சே... இவனுக்கு அஸைன்மென்ட் கொடுத்து அழைத்து வந்தது வேஸ்ட். இவன் பொங்கி எழுவான். பூஜாவின் வாழ்வில் புயல் அடிக்கும் என்று பார்த்தால் இவன் இப்படி அவளுக்காக உருகி வழிகிறானே. அந்த கெளதம் என்னடாவென்றால் அவளைத் தூக்கிக் கொண்டு அலைகிறான். பூஜாவிடம் தோற்றது தோற்றதுதானா? ஜெயிக்கவே முடியாதா? அவளைக் கண்ணீர் விட வைக்கவே முடியாதா?’

“என்ன சார்... தூக்கம் வரவில்லையா?”

குரல் கேட்டுத் திரும்பியவனுக்கு குலை நடுங்கியது. காத்தவராயன் தன் கடா மீசையைத் திருகியபடி நின்று கொண்டிருந்தான். அவன் பேசிய தமிழ் புரியவில்லை. பதில் சொல்லாவிட்டால் பிளந்து கட்டி விடுவான் என்று தோன்ற கிடுகிடுவென்று நடுங்கியபடி, “கியா?” என்றான்.

"அடியேய்... இவளே. என் இந்திக்கார மச்சான் கியா கியாங்கிறாரே? என்னடி வேணுமாம்?"

சமையலறையை திரும்பிப் பார்த்து அவன் கேட்க, அடுப்பில் காய வைத்த வெந்நீரை ஆவி பறக்க இடுக்கியில் பிடித்து தூக்கிக் கொண்டு வந்த வேதநாயகி, "கியா கியான்னு அவனை அலற வைக்கச் சொல்கிறான் போல மச்சான்" என்றபடி அகர்வாலைப் பார்த்தான்.

அவள் கையில் கொதிக்கம் தண்ணீரைப் பார்த்தம் அலறி அடித்துக் கொண்டு அகர்வால் அவனது அறைக்குள் போய் கதவை தாழிட்டுக் கொண்டான்.

"ஹா... ஹா... யூகலிப்ட்ஸ் தைலத்தை விட்டு ஆவி பிடிக்க நீ கொண்டு வந்த கொதிக்கும் தண்ணியை அவன் மேல ஊத்த கொண்டு வந்திருக்கிறாய்ன்னு நினைத்துவிட்டான் போலடி. இந்திக்கார மச்சானை இன்னும் கொஞ்சம் கவனிக்கணும்டி."

"அவனும்... அவன் முழியும். குளிர்ந்த நேரத்தில் அந்த எடுபட்ட பயல் பேச்சு நமக்கு எதுக்கு மச்சான்? நீ வா. நாம் காலகாலத்தில் தூங்கப் போகலாம்."

"போகலாம்... போகலாம். பொறு."

காத்தவராயன் அகர்வாலின் அறைக்கதவை மூடி வெளியே தாழிட்டான்.

"ஏன் மச்சான்?"

"காலையில் திறந்து விடலாம்டி. இந்தப்பயல் முழியே சரியில்லை. நம்ம அம்மாவிற்கு இவன் மேல் நல்ல அபிப்ராயம் இல்லைன்னு வேற சொல்ற? இவன் இருக்கப் போகிற இரண்டு நாளிலும் பகலில் இவனைக் கண்காணிக்கலாம். ராத்திரியில் எப்படிக் கண்காணிப்பது?"

"அதுவும் சரிதான் மச்சான். இவனையெல்லாம் வீட்டுக்குள்ளேயே சேர்க்கக் கூடாது. சேர்த்துவிட்டால் விதியேன்னு கண்காணிக்க வேண்டியதுதான்."

அவர்கள் கணிப்பு சரிதான். அகர்வால் அன்று இரவு வீட்டைச் சுற்றி வர நினைத்திருந்தான். ஏதேனும் ஒரு வழியில் பூஜாவைப்

   ஏதோ ஒரு நதியில்

பாதிக்கும் செயலை செய்ய முடியுமா என்று முயற்சி செய்ய இரவுதான் உகந்த நேரம் என்பது அவனது கணக்கு. கணக்குப் போட்டவனின் கணக்கைப் புரிந்து கொண்ட காத்தவராயன் போட்ட கணக்கு அவனை இரவில் அறையில் அடைத்தது.

பூஜாவை கட்டிலில் பூப்போல் கிடத்திய கௌதம் அவளது கலைந்து முகத்தில் விழுந்து மறைத்த முடிகளை ஒதுக்கிவிட்டான். பூஜா அயர்வால் புன்னகைத்தாள்.

"என்னதான்டி செய்யுது உனக்கு?"

அவன் கவலையாக கேட்க ஒரு நிமிடம், 'சொல்லிவிடலாமா?' என்று யோசித்தாள். ஆனால் அவனது பரிவு அகர்வாலின் ஒரு சீண்டல் பேச்சில் சற்று முன் விலகலாக மாறியது, நினைவில் எழ மௌனித்தாள்.

"சொல்லுடி. உன் உடம்புக்கு என்ன?"

"டென்ஷன் கௌதம். இந்த அகர்வால், ஆகாஷ் இரண்டு பேரும் வந்ததால் வந்த டென்ஷன். தூங்கினால் சரியாகிவிடும். வேறு ஒன்றும் இல்லை. ப்ளீஸ்..."

"அவர்கள் வந்தால் நீ ஏன் டென்ஷன் ஆக வேண்டும்?"

'நீ நிலையாக இருந்தால் நான் ஏன் டென்ஷன் ஆகப்போகிறேன்?'

நினைத்ததை வெளியில் சொல்ல முடியாமல் புன்னகை செய்தாள் பூஜா.

"சிரித்தே மயக்கு."

"யார் மயங்குவது... நீங்களா? உங்களை மயக்க என்னால் முடியுமா?"

"வேறு யாரால் முடியும்?"

கௌதம் அவளை அணைத்துக் கொண்டு நெற்றியில் முத்தமிட்டான். பூஜாவின் இதழ்களில் துயரப் புன்னகை உதித்தது.

━━━━◦○◦━━━━

28

கௌதமின் ஆண்மைக்கு பூஜா அடிமை. இதில் எள்ளளவும் சந்தேகம் அவளுக்கு இல்லை. அவனது கம்பீரத்திலும் எல்லையற்ற வசீகரத்திலும் மனதை பறிகொடுத்தவள். இவையெல்லாவற்றையும் திருமணம் ஆகி ஒரு வருடம் கழித்து செய்து தொலைத்தாள்.

அவள் மட்டும் திருமணம் முடிந்தவுடன் ஒரே ஒரு நாள் கௌதமுடன் வாழ்ந்து அவளது காதலைச் சொலியிருந்தால், எந்த நிலையிலும் கௌதம் அவளை விட்டு ஓர் அடிகூட விலகி நின்றிருக்க மாட்டான்.

ஆனால் பூஜா மிகப் பெரும் தவற்றைச் செய்துவிட்டாள். அவள் அறியாமல் செய்த தவற்றை நியாயப்படுத்த ஆயிரம் காரணங்கள் கூறினாலும் கௌதமால் அவளின் செயலை மறக்க முடியவில்லை. என்னதான் அவன் மேல் காதல் பொங்கி வழிந்தாலும் அவள் விலகி ஓடினவள்தானே? அவன் போய் அழைத்ததால், அதுவும் மிரட்டி அழைத்ததால்கூட வந்தாள். அவன் போய் அழைத்திராவிட்டால் வந்திருக்க மாட்டாள்.

இந்த எண்ணம் இடைவிடாமல் அவனைத் துரத்திக் கொண்டிருந்தது. அது அவன் அவளை முழுமனதாய் நேசிப்பதை தடை செய்தது. அதே சமயம் அவளின் நேர்மையும் அழகும் அவள் காட்டிய காதலும் அவனை, அவள் பக்கம் இழுத்தது. இரண்டுக்கும் இடையே போராடிக் கொண்டிருந்தான் அவன்.

"குட்மார்னிங்."

"குட்மார்னிங் கௌதம். இன்னும் கொஞ்ச நேரம் தூங்குகிறேனே." பூஜா புரண்டு படுத்தாள்.

"இன்னும் கொஞ்சம் நேரமா? இப்போது மணி என்ன தெரியுமா? பதினொன்னு."

"வாட்... இவ்வளவு நேரமாகவா தூங்குகிறேன்?" பூஜா அவசரமாய் எழுந்தாள்.

அவள் குளித்து முடித்த வந்ததும் அறைக்கே கொண்டு வந்து பரிமாறினாள் வேதநாயகி.

"அவர் எங்கே வேதா?"

"அம்மா குளிச்சுக்கிட்டு இருக்காங்க. டிபன் கொண்டு போன்னு சொல்லிவிட்டு எஸ்டேட் வேலைகளைப் பார்க்கப் போயிட்டாருங்கம்மா."

ஒரு வாய் சாப்பிட்டதும் பூஜாவிற்கு அந்த நினைவு வந்தது.

"நம் விருந்தாளிகள் என்ன செய்கிறார்கள்?"

"அந்தக் கோட்டான் காலையிலேயே விழுங்கிவிட்டது. அதுகூட மாட்டிக்கிட்டு முழிக்குதே, அந்த வெள்ளாடு இப்பத்தான் சாப்பிட்டுவிட்டு போயிருக்கிறது."

"நல்ல பெயர்களாய் வைத்திருக்கிறாய், போ."

"அப்புறம் அம்மா... நம்ம வீட்டில் சினிமாப் படமா எடுக்கப் போறாங்க?"

"இல்லை வேதா. இது விளம்பரப் படம்."

"அதில நடிக்க வந்த பொம்பளை உங்களைப் பார்க்கணும்ம்னு என்கிட்ட கேட்டுச்சு. அது பேருகூட ம்ம்... ஆஷாவாம்."

"ஓ... ஆஷா வந்திருக்கிறாளா?"

பூஜா அவசரமாய் எழுந்து சுடிதாரின் துப்பட்டாவை அலட்சியமாய் மேலே போட்டுக் கொண்டு படியிறங்கினாள். தோட்டத்தில் விளம்பரப்பட யூனிட் வேலை செய்துகொண்டு இருந்தது. ஆஷாவும் ஆகாஷம் அங்கே நின்று பேசிக் கொண்டிருந்தார்கள். பூஜா அவர்களை நோக்கிப் போனாள்.

"ஹாய் ஆஷா..."

"ஹாய் பூஜா... ஹவ் ஆர் யு? இது உங்களின் வீடாமே? எவ்வளவு அழகான வீடு? இந்த எஸ்டேட்கூட உங்கள் எஸ்டேட்டாமே?

உங்கள் ஹஸ்பெண்டை காலையில் பார்த்தேன். என்ன ஒரு ஹேண்ட்சம்! நீங்கள் எல்லாவற்றிலும் லக்கி." ஆஷாவின் வார்த்தைகளில் பொறாமை தொனித்தது.

பூஜா அதைக் கவனிக்காதவள் போல் பேச்சை மாற்றினாள்.

"அப்புறம்... உங்கள் மாடலிங் எப்படி போய் கொண்டிருக்கிறது ஆஷா? இப்போது என்ன அசைன்மென்ட் பண்ணிக் கொண்டு இருக்கிறீர்கள்?"

"நான்கு விளம்பரப்படங்கள் முடித்து கொடுத்திருக்கிறேன். இரண்டு பேஷன் ஷோ அடெண்ட் பண்ணினேன். அகர்வால் கேட்டுக் கொண்டதால் இந்த அசைன்மென்டை ஒத்துக் கொண்டேன்.

ஆமாம் பூஜா... அட்வெர்டைஸிங் புரொபஷனலில் கேப் விடக்கூடாது. இடைவெளி விழுந்துவிட்டால், நாம் விட்ட இடத்தைப் பிடிப்பது மிகவும் சிரமம். நீங்கள் கம்பெனியை மூடி இரண்டு மாதங்கள் ஆகிவிட்டன பூஜா. அறுபது நாள்கள் என்பது அதிகமான நாள்கள். இத்தனை நாள்களாக எப்படி மும்பையை விட்டு இருக்கிறீர்கள்?"

ஆகாஷ் ஆஷாவின் அருகில் வந்து, "ஷாட் ரெடி ஆஷா" என்று அழைத்தான்.

ஆஷா கேமராவின் முன்னால் போய் நின்றதும் பூஜாவைப் பார்த்த ஆகாஷ் கனிவுடன், "இப்போது உடம்புக்கு எப்படி இருக்கிறது பூஜா?" என்று கேட்டான்.

"பைன் ஆகாஷ்..."

"ஆஷா சொல்வதை மைண்ட் பண்ணிக் கொள்ளாதீர்கள் பூஜா. உங்கள் கணவர் நல்லவர். உங்களை நேசிப்பவர். இந்த வாழ்கை அருமையானது பூஜா. உங்களை, உங்கள் கணவருடன் சேர்த்து பார்க்கும்போது எனக்கு நிறைவாக இருக்கிறது பூஜா. நீங்கள் எவ்வளவு நிம்மதியுடன் வாழ்கிறீர்கள் தெரியுமா? உங்கள் குணத்திற்கு மும்பை ஒத்து வராது பூஜா. இதுதான் உங்கள் இடம்."

ஆகாஷ் கூறுவதை நெகிழ்ச்சியாகக் கேட்டுக் கொண்டிருந்தாள் பூஜா. 'இவன்தான் எவ்வளவு நல்லவன்?'

அதே சமயம் பங்களாவிற்குள் நுழைந்து கொண்டிருந்த காரில் இருந்த கௌதம் அவர்கள் இருவரும் பேசிக்கொண்டிருந்ததைக் கவனித்தான். அவன் புருவங்கள் மேலேறின. நடித்துக் கொண்டிருந்த ஆஷாவும் அவர்களைக் கவனித்தாள். அவளின் பொறாமை மேலும் அதிகமானது.

'இவளை மட்டும் எல்லோரும் சுற்றிச்சுற்றி வருகிறார்களே! இவளும்தான் ஏன் இவ்வளவு அழகாக இருந்து தொலைக்கிறாள்?'

ஆஷாவிற்கு ஆகாஷின் மேல் சின்னதாய் ஒரு காதல் உணர்வு உண்டு. மும்பையின் பகட்டான மனிதர்களின் இடையே உண்மையாய்த் தோற்றமளிக்கும் அவனிடம் அவளுக்கு நாட்டம் ஏற்பட்டிருந்தது. ஆனால் அவனோ, பூஜாவின் பின்சுற்றினான். அதன்பின் பூஜாவிற்கு நல்ல நண்பன் என்றான். இப்போதோ அவளுக்கு வணக்கம் சொல்கிறான்.

'அப்படி என்ன ஒரு பந்தம் அவர்களுக்கு இடையே இருக்கிறது? நான் நெருங்கிப் பழகுவது போல் அவள் பழகுவதில்லை. இருந்தும் அவள் பின்னே இவன் அலைகிறானே!'

கௌதம் இறங்கி தோட்டத்தை நோக்கி நடந்தான் ஆகாஷின் அருகே நின்றிருந்த பூஜா காலடிச் சத்தம் கேட்டுத் திரும்பிப் பார்த்தாள். கௌதமைக் கண்டதும் வழக்கம் போல் அவள் விழிகளில் காதல் மின்னியது. அவளது பார்வையைக் கண்டதும் கௌதமின் கோபம் கொஞ்சம் தணிந்தது.

'இந்த பார்வைக்கொன்றும் குறைச்சல் இல்லை. இவ்வளவு ஆசை இருக்கிறவள் ஏன் அன்று ஓடினாள்?'

கௌதம் மனதிற்குள் எரிச்சலுடன் நினைத்தான். அதே எரிச்சலுடனே பூஜாவைப் பார்க்கவும் செய்தான். அடுத்த ஷாட்டிற்கான இடைவெளியில் ஆஷாவும் அவர்கள் அருகே வந்தாள்.

◦

29

"ஹாய் மிஸ்டர் கெளதம்... இப்போதுதான் உங்கள் வொய்பிடம் நீங்கள் ரொம்பவும் ஹேண்ட்சம்மாக இருக்கிறீர்கள் என்று சொன்னேன். ரியலி ஷி இஸ் வெரி லக்கி." ஆஷா சிரித்தாள்.

"ஈஸிட்... என் வொய்ப்பும் அழகுதானே மிஸ் ஆஷா. ஸோ... ஐ ஆம் ஆல் ஸோலக்கி பெர்ஸன்." கெளதம் பூஜாவின் தோள்மேல் கை போட்டுக் கொண்டான்.

"வொய்பை விட்டுக் கொடுக்க மாட்டேன்" என்று ஆகாஷை பார்த்தபடி பதில் கூறினான் கெளதம்.

ஆகாஷ் துணுக்குற்றான். கெளதமின் பார்வைக்கும் பேச்சிற்கும் பொருள் என்ன? அவன் பூஜாவின் நண்பன் அல்லவா?

"அதுதான் எங்களது ஆசையும்கூட கெளதம்." ஆகாஷ் சட்டென்று பதில் கூறினான்.

"பூஜா... என் வொய்ப். அவளைப் பார்த்துக் கொள்ள எனக்குத் தெரியும் ஆகாஷ். உங்களது ஆசைக்காக அவள் மேல் நான் ஆசை வைக்கவில்லை. பை தி வே. நீங்கள் லன்ச் வேண்டாமென்று சொல்லி விட்டீர்களாமே? காத்தவராயன் போன் பண்ணினான். ஏன்? என்ன விசயம்?»

"காலையிலும் இரவிலும் உங்கள் வீட்டில் சாப்பிட்டுக் கொள்கிறோம் கெளதம். லன்ச்சிற்கு யூனிட்டுடன் சேர்ந்து சாப்பிட்டு பழக்கப்பட்டவர்கள் நாங்கள். அதனால் எங்களுக்கு ஹோட்டலில் ஆர்டர் கொடுத்துவிட்டோம்" என்று ஆகாஷ் சொல்லிக் கொண்டிருக்கும் போதே, "நான் வேண்டுமோனால் பூஜா வீட்டில் சாப்பிட்டுக் கொள்கிறேன் ஆகாஷ். இல்லாவிட்டால் கெளதமின் மனம் கஷ்டப்படும்" என்று ஊடே புகுந்து கூறினான், அகர்வால்.

"நீங்கள் இவ்வளவு நேரமாய் எங்கே போயிருந்தீர்கள் அகர்வால்?" ஆகாஷ் எரிச்சலுடன் வினவினான்.

உண்மையில் அகர்வால் தோட்டத்தில் ஆகாஷுடன் இருக்கும் போது கெளதமின் கார் வெளியேறுவதைக் கண்டு, பூஜாவின் அறைப்பக்கம் நோட்டமிட்டு வரலாம் என்றுதான் வீட்டிற்குள் விரைந்தான். ஆனால் பூஜா அவன் வீட்டிற்குள் நுழையும் நேரம் பார்த்து தோட்டத்துப் பக்கம் போய்விட்டாள்.

அகர்வால் மாடிப்பக்கம் கால் வைக்க யத்தனிக்கும்போது காத்தவராயன் வந்துவிட மாடிப்படியின் அடியில் ஒளிந்து நின்று கொண்டான். அவன் கால்கடுக்க ஒளிந்து நின்று கொண்டிருக்க, காத்தவராயன் டைனிங் டேபிளின் முன்னால் அமர்ந்து கணக்கு வழக்குகளை காலாட்டிக்கொண்டே எழுதிக் கொண்டிருந்தான். ஒருவழியாய் அவன் அந்தப் பக்கம் நகர, இவன் இந்தப்பக்கம் தோட்டத்தை நோக்கி ஓடோடி வந்துவிட்டான்.

போனதை நினைவுபடுத்தும் ஆகாஷை எரிச்சலுடன் பார்த்து ஆசுவாசப் பெருமூச்சு விட்ட அகர்வால், "என் ரூமில் ரெஸ்ட் எடுத்துக் கொண்டிருந்தேன்" என்றபடி கால்களை தடவிக் கொடுத்துக் கொண்டான். கால் மாற்றி கால் நின்ற கஷ்டம் அவனுக்குத்தானே தெரியும்!

"யூனிட்டில் எல்லோரும் சேர்ந்து சாப்பிடும் வழக்கத்தை எனக்காக மாற்றிக் கொள்ள வேண்டாம் மிஸ்டர் அகர்வால். நீங்கள் உங்கள் யூனிட்டுடன் லன்ச் சாப்பிடப் போவதில் எனக்கு சந்தோசம்தான்; வருத்தம் கிடையாது. கம் பூஜா." கெளதம் பூஜாவை அழைத்துக் கொண்டு போய்விட்டான்.

'இவனை எல்லாம் இப்படித்தான் மூக்கை உடைக்க வேண்டும்.'

ஆகாஷ், ஆஷாவின் அருகே நெருங்கி, "உன்னைக் காலையிலிருந்து சரியாக விசாரிக்க முடியவில்லை ஆஷா. ஜர்னி எப்படியிருந்தது? ஹோட்டல் கன்வினியென்டாக இருக்கிறதா?" என்று விசாரித்தான்.

ஆஷா மனம் குளிர்ந்து போனாள்.

'இது என்ன மாயம்? இவன் இவ்வளவு அக்கறையாய் இதற்கு முன் விசாரித்தது இல்லையே. ஊட்டிக்கு வந்த நேரம் நல்ல நேரமா?'

அவளுக்கு ஊட்டியை மிகவும் பிடித்துவிட்டது.

"பைன் ஜர்னி ஆகாஷ். ஹோட்டல் ரூம் பெர்பெக்ட். நீங்கள் உடனிருந்தால் எந்தக் குறையும் எனக்குத் தோன்றாதே."

"வா ஆஷா. என் காரில் நாம் போகலாம்."

ஆகாஷின் காரில் ஆஷா ஏறிக்கொள்ள அகர்வால் பல்லைக் கடித்தான். இந்த ஆஷா, அவனுக்கு இன்னொரு சவால்.

'நாம் இவளை மடக்க நினைத்தால், இவள் அவளைத் தள்ளிக் கொண்டு போகிறானே...'

இயலாமையுடன் காரில் ஏறிக் கதவை ஓங்கி அறைந்து சாத்திவிட்டுக் காரைக் கிளப்பினான்.

'மிஸ்டர் அகர்வால்... எனக்கென்று ஒரு மார்க்கெட் வேல்யூ இருக்கிறது. உங்கள் அசைன்மெண்ட் இல்லாவிட்டால் வேறு அசைன்மெண்ட் செய்துவிட்டுப் போகிறேன். எனக்கு இருக்கவே இருக்கிறது, பேஷன் ஷோ. ஸோ... என்னைத் தொல்லை பண்ணாமல் தூர விலகி நிற்க பழகிக் கொள்ளுங்கள்.'

ஆஷா பொதுவாய் எல்லோரையும் தொட்டுப் பேசிப் பழகுபவள். அந்த தைரியத்தில் அகர்வால் அவளை நெருங்கியபோது அவள் கூறியதுதான், இந்த வார்த்தைகள்.

ஆகாஷின் அருகே அமர்ந்திருந்த ஆஷா... அவன் பக்கம் நெருங்கி அமர்ந்தாள். மனம் உல்லாசத்தில் மிதக்க,

"ரூப் தேரா மஸ்தானா...

பியாரி மேரா தீவானா..."

என்று மெல்லிய குரலில் பழைய இந்திப் பாடல் ஒன்றைப் பாடினாள்.

"வாட் இஸ் தி மேட்டர் ஆஷா? உனக்கு மகிழ்ச்சி பொங்கி வழிகின்றதே" ஆகாஷ் வினவினான்.

ஏதோ ஒரு நதியில்

"உங்கள் அருகில் அமர்ந்து ஊர் சுற்ற வேண்டும் என்பது என் நெடுநாளைய கனவு ஆகாஷ். அது இன்று நிறைவேறி இருக்கிறது. தேங்க் டு காட்." ஆஷா உணர்ச்சி வசப்பட்டாள்.

"இவ்வளவு அன்பை என் மேல் வைத்திருக்கிறாயா?"

"ஏன்? இது உங்களுக்கு தெரியாதா?"

"தெரியும். நேற்று வரை என்னைப் பற்றிய நினைவே இல்லாமல் இருந்தேன் ஆஷா."

"இன்று பூஜா அவளுடைய கணவருடன் வாழ்வதைக் கண்டதும் உங்களுக்கும் அப்படி ஓர் இன்பமான வாழ்வு வாழ ஆசை பிறந்து விட்டது. அப்படித்தானே?"

ஆகாஷ் பதில் சொல்லாமல் காரைச் செலுத்திக் கொண்டிருந்தான். அவன் மனதில் புயல் அடித்தது. பூஜா... அவளுடைய வாழ்வு நன்றாக இருக்க வேண்டும். அதற்காகவாவது ஆகாஷ் உடனடியாய் ஆஷாவை மணம் செய்து கொள்வதைப் பற்றி ஓர் முடிவு எடுக்க வேண்டும். கௌதமின் மனதில் இருக்கும் முள்ளை எப்பாடுபட்டாவது அகற்ற வேண்டும். அதற்கு ஒரே வழி, ஆஷாவை அவன் கைப்பிடிப்பதுதான்.

ஓரக்கண்ணால் ஆஷாவை நோக்கினான். இவளும் அழகானவள்தான். ஸோஸியல் என்ற பெயரில் தொட்டுப் பழகினாலும் ஆபாசமாய் நடந்து கொள்ளாதவள். பணத்தின் பேரில் அதிக ஆசை உண்டு. ஆனால் யாருக்குத்தான் பணத்தின் மேல் ஆசை இல்லாமல் இருக்கிறது?

ஆகாஷ் முடிவெடுத்துவிட்டான். காரை சாலையோரமாய் நிறுத்தியவன், ஆஷாவின் முகம் பற்றித் திருப்பி முத்தமிட்டான். அவள் சிலிர்த்துப் போனாள்.

அவர்கள் திருமணம் செய்து கொள்ள முடிவெடுத்தனர்.

⸺◦⸺

30

மதிய உணவிற்குப் பின் பூஜா ஓய்வெடுக்க மாடியறைக்குப் போனாள். அவளருகில் படுத்த கௌதம், "இப்போது உடம்புக்கு எப்படி இருக்கிறது?" என்று வினவினான்.

"நோ பிராப்ளம் கௌதம்."

"காலை டிபனை ரூமில் சாப்பிடாயாமே?"

"ஆமாம்... டயர்டாக இருந்தது."

"சாப்பிடக் கீழே இறங்க முடியாதவள், தோட்டத்திற்கு எப்படிப் போனாய்? ஆகாஷைப் பார்த்ததும் நோயெல்லாம் பறந்துவிட்டதா?"

பூஜா, கௌதமின் பக்கம் திரும்பிப் படுத்தாள். அவள் முகத்தில் சீற்றம் தெரிந்தது.

"நான் ஆகாஷைப் பார்க்கப் போகவில்லை கௌதம்."

"வேறு யாரைப் பார்க்கப் போனாய்?"

"ஆஷா என்னை விசாரித்தாளாம். வேதா சொன்னாள். அதனால் அவளைப் பார்க்கப் போனேன்."

"இதை என்னை நம்பச் சொல்கிறாயா?"

"வேதாவிடம் கேட்டுப் பாருங்கள்."

"என் பொண்டாட்டி சொல்வது உண்மையா என்று வேலை செய்பவர்களிடம் கேட்கச் சொல்கிறாயா? கௌதம் இவ்வளவு ஈனத்தனமானவன் இல்லை."

"நான் வேறு என்னதான் செய்யட்டும்?"

"நான் வரும்போது நீ ஆஷாவிடம் பேசிக்கொண்டிருக்கவில்லை. ஆகாஷுடன் பேசிக் கொண்டிருந்தாய்."

"ஆஷா... ஷாட்டுக்குப் போய்விட்டாள். அந்த கேப்பில் நாங்கள் பேசிக்கொண்டிருந்தோம்."

"எப்படிடி... எல்லாவற்றிற்கும் சரியான பதில் ஒன்றை ரெடியாக வைத்திருக்கிறாய்?"

"உண்மையைக் சொல்லத் தயக்கம் எதற்கு கௌதம்? ஆனால் எனக்கு ஒன்றுதான் புரிய மாட்டேன் என்கிறது."

"எது?"

"நீங்கள் போய் ஆகாஷின் மேல் பொறாமைப் படுகிறீர்களா? அவர் நல்லவர்தான். ஆனாலும் நீங்கள் எங்கே? அவர் எங்கே? உங்கள் உயரத்தை அவரால் அண்ணாந்துகூடப் பார்க்க முடியாது. அவரை உங்களுக்கு இணையாக பேச்சுக்குக்கூடச் சொல்லாதீர்கள்."

பூஜா திரும்பிப் படுத்துக் கண்களை மூடிக் கொண்டாள். சற்று நேரம் கழித்து அவள் தோள் பற்றி, தன்புறம் திருப்பினான் கௌதம்.

"ஏண்டி... முகம் திருப்பிக் கொள்கிறாய்? என்மேல் கோபமா?"

தாபத்துடன் கேட்ட கணவனின் முகம் பார்த்தாள் பூஜா. அவளுக்கு சிரிப்பு வந்தது. இவன் என்ன குழந்தையா? அவனது தலையை செல்லமாய்க் கலைத்துவிட்டாள்.

"கோபப்படத்தான் முயற்சி செய்கிறேன். எங்கே, எனக்கு உங்கள் மேல் கொஞ்சம்கூட கோபம் வர மாட்டேன் என்கிறதே. நான் என்ன செய்ய?" என்றாள்.

பிரியத்துடன் அவளை இறுக்கிக் கொண்டவன், அவளது நெற்றியில் இதழ் பதித்தான்.

"பேசியே என்னை மயக்கு..."

"காலையில் சிரித்து மயக்குகிறேன் என்றீர்கள்."

"எல்லாவகையிலும் என்னை மயக்குகிறாயே."

"எங்கே... நான்தான் உங்களிடம் மயங்கிப் போய்க் கிடக்கிறேன். ஆஷா என்ன சொன்னாள் தெரியுமா?"

"அவள் என்ன சொன்னால் எனக்கென்ன?"

"நீங்கள் வெரி ஹேண்ட்சம்ன்னு சொன்னாள்."

"அதைத்தான் உன் முன்னால் திரும்பவும் என்னிடம் சொன்னாளா? அவள் கண்ணுக்கு நான் ஹேண்ட்சம்மாய் தெரிந்து என்ன பயன்? என் தேவியின் கண்ணுக்கு நான் ஹேண்ட்சம்மாய் தெரிகிறேனா?"

"என்னவாம் திடீரென்று தேவி போடுகிறீர்கள்."

"நான் என் தேவியின் தேவன் என்பதை நினைவுபடுத்தத்தான்."

"நினைவு வந்தால்... என் தேவனே... உன் தேவை என்னவோ என்று நான் கேட்பேன் என்றுதானே."

"புரிந்தால் சரி."

"கௌதம்..."

பூஜா அவன் பேசிய எல்லாவற்றையும் மறந்து அவனுடன் ஐக்கியமானாள். மாலையில் அவளை வெளியே அழைத்துச் சென்றான் கௌதம்.

"என்ன கௌதம் திடீரென்று வெளியே கிளம்பச் சொல்கிறீர்கள்? உங்களுக்கு வேலை இருக்கிறது என்றீர்களே..."

"ச்சு... நாளைக்குப் பார்த்துக் கொள்ளலாம்டி. எனக்கு உன்னுடன் போட்டிங் போகவேண்டும் போல் ஆசையாய் இருக்கிறது. வா போகலாம்."

இது போன்ற மனநிலையுடன் அவன் வெளியே கூப்பிடுவது அரிதான விஷயம். எனவே வேறு பேச்சுப் பேசாமல் பூஜா அவனுடன் சென்றாள்.

அவனுடன் வெகுநேரம் ஊர் சற்றிவிட்டு வீடு திரும்பும் போது அவள் மனம் நிறைந்திருந்தது. வீட்டிப் படியேறி உள்ளே வந்தவர்களை ஆர்ப்பாட்டமாய் அகர்வால் வரவேற்றான்.

                                      ஏதோ ஒரு நதியில்

"எங்கே போய்விட்டீர்கள் பூஜா? ஆகாஷ் அப்போது இருந்து பூஜாவைக் காணோம் என்று வீடு முழுவதும் தேடிக் கொண்டிருக்கிறான். போகும்போது அவனையும் அழைத்துக் கொண்டு போயிருக்கக்கூடாதா? ஆகாஷ்... ஆகாஷ்... பூஜா வந்துவிட்டார்கள். வா..."

ஆகாஷ் அப்போது ஆஷாவுடன் பேசிக்கொண்டு இருந்தான்... இருவரும் அர்த்தமில்லாமல் சிரித்துக் கொண்டும் பேசிக்கொண்டும் இருந்தனர். பூஜாவைப் பற்றி அவன் யோசிக்கக்கூட இல்லை. அகர்வால் போட்ட சத்தத்தில் எரிச்சல் அடைந்தவன், போனில், "நான் அப்புறம் பேசுகிறேன் ஆஷா. இந்த அகர்வால் ஏன் கொதிக்கிற எண்ணைக்குள் கையை விட்டுவிட்டதைப் போல் இப்படி அலறுகிறான்?"

"உண்மையில் அவன் மேல் கொதிக்கும் எண்ணையை ஊற்ற வேண்டும் என்று எனக்கு வெகு நாள்களாய் ஆசை உண்டு ஆகாஷ்."

"உனக்குமா?"

"எனக்குமா? என்றால் என்னைப் போல் நிறைய பேருக்கு அந்த ஆசை உண்டா?"

"அப்படித்தான் கேள்வி."

சிரித்தபடி போனை அணைத்துவிட்டு ஆகாஷ் அறையை விட்டு வெளியே வந்தான்.

"அப்பா... இப்போதுதான் இவன் முகத்தில் சிரிப்பு வந்திருக்கிறது. இவ்வளவு நேரமாய் எரிச்சலுடன் இருந்தான்." அகர்வால் கௌதமிடம் கூறினான்.

"உங்களுடன் இருந்தால் எரிச்சல் வராமல் என்ன செய்யும் அகர்வால்." ஆகாஷ் அகர்வாலை முறைத்தான்.

"அதுதான் பூஜா வந்தாகிவிட்டதே. இனியாவது சிரி."

"வாட்... பூஜா வருவதற்கும் நான் சிரிப்பதற்கும் என்ன சம்பந்தம் அகர்வால்? ஆர் யு மேட்?"

"நான் பைத்தியக்காரனோ இல்லையோ எனக்கு தெரியாது. நிச்சயம் கௌதம் பைத்தியக்காரர் இல்லை. அவர் மிகவும் புத்திசாலி."

அந்த புத்திசாலி அன்று இரவு பூஜாவைப் புறக்கணித்து விலகிப் படுத்துத் தூங்கினான். அவனது கொஞ்சலுக்கும் விலகலுக்கும் பழகிப்போன பூஜா தலையில் கைவைத்துக் கொண்டாள்.

31

அன்று காலையில் விழித்ததும், பூஜா கீழே போகவே இல்லை. காபி சாப்பிட்டவுடன் குளித்துவிட்டு அறையிலேயே இருந்தாள்.

"சாப்பிட வா..." கௌதம் அழைத்தான்.

"வேதாவிடம் டிபனை இங்கே எடுத்து வரச் சொல்லியிருக்கிறேன்."

பூஜா கையிலிருந்த நாவலில் கண்களைப் பதித்தவாறு அவனை நிமிர்ந்து பார்க்காமல் கூறினாள். என்ன நினைத்தானோ, அவன் பதில் பேசாமல் கீழே இறங்கிப் போய்விட்டான்.

பூஜா சாப்பிட்டு விட்டு சற்று நேரம் டிவி பார்த்தாள். அன்றுடன் விளம்பரப் படம் முடிந்துவிடும் என்பது நினைவில் வர, பால்கனிக்கு சென்று தோட்டத்தில் நடந்த படப்பிடிப்பை வேடிக்கை பார்த்துக் கொண்டிருந்தாள்.

அவள் பின்னால் வந்து நின்ற கௌதம் அவளை வம்புக்கு இழுத்தான்.

"ஏன்... நேற்றுப் போல் இன்றும் போய் பேச வேண்டியதுதானே? இங்கே நின்று ஏன் போஸ் கொடுக்கிறாய்?"

"கௌதம்... எனக்குப் பேச வேண்டும் என்று தோன்றியிருந்தால் நான் நிச்சயம் கீழே போய்ப் பேசியிருப்பேன். நீங்கள் சொல்லித்தான் நான் போக வேண்டும் என்பதில்லை."

"அதுசரி... தாலிகட்டிக் கொண்ட மறு நிமிடமே யாரிடமும் சொல்லாமல் மும்பைக்குப் பறந்தவள்தானே நீ."

பூஜா பொறுமையைக் காற்றில் பறக்கவிட்டாள். இவனது இம்சையை எத்தனை நாள்தான் பொறுப்பது? பொறுமைக்கும் ஓர் அளவுகோல் உண்டல்லவா?

"ஆமாம்... நான் மும்பைக்குப் பறந்தேன். அங்கே எனக்கென்று ஓர் அடையாளம் இருந்தது. அதைத் தேடி நான் போனேன். நீங்கள்தான் என்னைத் தேடி அழைத்து வந்து அடையாளமில்லாதவள் ஆக்கி விட்டீர்களே! அப்புறம் ஏன் அதையே சொல்லிக் காட்டுகிறீர்கள்?"

"என்னடி சொன்னாய்? நான் உன்னை அடையாளம் இல்லாதவளாய் ஆக்கிவிட்டேனா? இப்படி ஓர் எண்ணத்தை மனதில் வைத்துக் கொண்டுதான் இரண்டு மாதமாய் என்னுடன் குடும்பம் நடத்தினாயா?"

"போதும் கௌதம். நான் பேசிக் களைத்துவிட்டேன். நீங்கள் சண்டை போடக் காரணத்தைத் தேடுகிறீர்கள். நான் சமாதானம் செய்ய முயன்று தோற்றுப் போய்விட்டேன். எனக்கு நியாயம் என்று பட்டதை குழந்தைத்தனமாய் அன்று செய்துவிட்டேன். அதை மன்னிக்க முடிந்தால் மட்டுமே நீங்கள் என்னை அழைத்து வந்திருக்க வேண்டும். அதை விட்டுவிட்டு, அத்தையின் உயிரைக் காப்பாற்றுவதற்காக என்னை அழைத்து வந்துவிட்டு என் உயிரைக் குறைக்கிறீர்கள்."

"ஸோ... நான் உன்னை அழைத்து வந்தது தவறு என்கிறாய். மும்பையிலேயே உன்னை விட்டு வைத்திருக்க வேண்டும் என்கிறாய் அப்படித்தானே!"

"மனதில் பழிவாங்கும் உணர்வில்லாமல் இருந்திருந்தால் நீங்கள் என்னை அழைத்து வந்தவுடன் ஆரம்பத்தில் திட்டினாலும் போகப் போக சரியாகி இருந்திருப்பீர்கள். உங்கள் மனதில் பழிவாங்கும் உணர்ச்சி இருக்கிறது. அதனால்தான் இப்படி என்னைக் காயப்படுத்த முயற்சி செய்கிறீர்கள்."

"பழிவாங்கும் அளவிற்கு என்னை வெறிபிடித்தவன் என்று நினைத்துவிட்டாய். இதன் பின்னாலும் நாம் இருவரும் சேர்ந்து வாழ வேண்டுமா?"

கௌதம் வேகமாய் கீழே இறங்கிச் சென்றுவிட்டான். பூஜா முன்னறையில் இருந்த ஷோபாவில் சரிந்தாள். யாரோ முன்னால் வந்து நிற்பது போல் தோன்ற, நிமிர்ந்து பார்த்தாள். அகர்வால் நின்றிருந்தான். பூஜா அவசரமாய் எழுந்தாள்.

    ஏதோ ஒரு நதியில்

"என்ன வேண்டும் அகர்வால்? ஏன் இங்கு வந்தீர்கள்?"

"உன்னுடன் பேச வந்தேன்."

"என்னோடு பேசி உங்களுக்கு ஆகப்போவது ஒன்றுமில்லை. உங்களுடன் பேச எனக்கு விருப்பமுமில்லை."

"இப்படிச் சொன்னால் எப்படி? நீயே மனம் சோர்ந்து கண்ணீர் விட்டுக்கொண்டிருக்கிறாய். ஆறுதலாய் என் தோள் சாய்ந்து கொள் என்று சொல்லத்தான் நான் வந்தேன்."

"நான் சாய்ந்து கொள்ள என் கணவரின் தோள் இருக்கிறது. நீ வெளியே போ!"

"உன் கணவன் உன்னைத் தாங்கும் லட்சணத்தைத் தான் பார்த்தேனே. ஆகாஷ் உன்னை காதலித்தான் என்பதற்காக உன் உயிரைக் குறைத்துக் கொண்டு இருக்கிறானே! இவனுடன் நீ வாழ்வது ஒரு வாழ்வா?"

'பளார்' என்று அகர்வாலின் கன்னத்தில் அறைந்துவிட்டாள் பூஜா. தன் சக்தியையெல்லாம் ஒன்று திரட்டி அடித்தவள், "வெளியே போடா... நாயே" என்று கத்தினாள்.

"அன்று மும்பையில் நீ அடித்தபோது பொறுத்துக் கொண்டேன். என்றாவது ஒருநாள் உன்னை அடையலாம் என்ற கனவு எனக்கு இருந்தது. இன்று நீ அடிப்பதைப் பொறுத்துக்கொள்ளமாட்டேன். நீ உன்னை கொடுமைப்படுத்தும் கணவனிடமிருந்து விலகி வரமாட்டாய். உன்னை ஏன் நான் சும்மா விட்டுவிட்டுப் போக வேண்டும்?"

அகர்வால் பூஜாவின் பக்கம் ஓர் அடி எடுத்து வைத்தான், அடுத்த நொடி அலறினான். கௌதம் அவனை அடிஅடியென்று அடித்து துவைத்து பிழிந்துவிட்டான்.

பூஜாவிடம் கோபமாய்ப் பேசிவிட்டுக் கீழே போனவன் மனம் கேட்காமல் மீண்டும் மாடியறைக்கு வந்தான். அகர்வால் பூஜாவிடம் பேசியதையும் அவள் பதில் சொன்னதையும் அகர்வால் அடி வாங்கியதையும் கேட்டான்; பார்த்தான். அகர்வால் பூஜாவை நோக்கி ஓர் அடி எடுத்து வைத்ததும் அவனைப் பிடித்து அடிக்க ஆரம்பித்துவிட்டான்.

"காத்தவராயா..."

கௌதம் போட்ட சத்தத்தில் எல்லோரும் மாடியறைக்கு ஓடிவந்தனர். காத்தவராயன், கௌதமின் பிடியிலிருந்த அகர்வாலைக் கண்டதும் நடந்ததைப் புரிந்து கொண்டான். அகர்வாலின் மூக்கு முகமெல்லாம் ரத்தம் கசிந்து கொண்டு இருந்தது.

"இந்த நாயை பெட்டி படுக்கையோடு, இந்த எஸ்டேட்டின் எல்லையைத் தாண்டி விட்டுவிட்டு வா. நம் ஆள்களிடம் சொல்லிவிடு. இந்த எஸ்டேட்டிற்குள் இவன் காலை வைத்தால் தயங்காமல் கொன்று விடுங்கள். இந்த ஊட்டிக்குள் இவன் தென்பட்டால் தோலை உரித்துவிடுங்கள்."

'அதை ஏன் அப்போது செய்யவேண்டும்? இப்போதே இதையெல்லாம் செய்தால் என்ன?' என்ற எண்ணத்தோடு காத்தவராயன் அகர்வாலை ஒரு பார்வை பார்க்க அகர்வால் நடுங்கிப் போனான்.

நினைத்ததை செய்து முடிக்கும் காத்தவராயன் அகர்வாலை எஸ்டேட் பாதையின் வெளியே விட்டு நன்றாக உதைத்து வழியனுப்பி வைத்தான்.

பூஜா இருக்கும் திசைப்பக்கம் இனித்திரும்பி பார்த்தால்கூட தன் தலை தப்பாது என்பதை உணர்ந்த அகர்வால் அவசரமாய் ஓர் ஆட்டோவில் ஏறி ஓடிவிட்டான்.

❦

32

"தவறு அகர்வால் மேலில்லை, மிஸ்டர் கௌதம். உங்கள் மேல்தான் தவறு." ஆகாஷ் ஆத்திரத்துடன் கௌதமைக் குற்றம் சாட்டிப் பேசினான்.

"என் மேலா... என் மேல் என்ன தவறு?"

"அகர்வாலையும் என்னையும் இந்த வீட்டில் தங்க வைக்க பூஜா விரும்பவில்லை. நீங்கள் உங்கள் மனைவியின் விருப்பத்திற்கு மதிப்பு கொடுக்கவில்லை. அவர்கள் அப்படிச் சொன்னால் அதற்குப் பின்னால் ஒரு காரணமிருக்கும் என்பதை இவ்வளவு பெரிய தொழிலதிபரான நீங்கள் ஏன் உணராமல் போனீர்கள்?"

"என் மனைவியின் விருப்பத்தை மதிக்க எனக்கு நீங்கள் கற்றுக் கொடுக்க வேண்டாம் ஆகாஷ். எனக்கும் அவளுக்கும் இடையில் வர நீங்கள் யார்?"

"நான் அவர்களின் நண்பன். நலம் விரும்பி, கௌதம். அழகான அறிவான பெண்களைத் திருமணம் செய்து கொள்ள ஆயிரம் பேர் விரும்பலாம். நானும் அதே போல்தான் பூஜாவை விரும்பினேன். பட், பூஜா என்னைக் காதலிக்கவில்லை. உங்களது திருமணச் செய்தியை கேட்டவுடன் நான் அவர்களிடம் ஒரு நல்ல நண்பனாகத்தான் இன்றுவரை நடந்த கொண்டு வந்திருக்கிறேன்."

"இதை ஏன் என்னிடம் சொல்கிறீர்கள் ஆகாஷ்?"

"அகர்வால், பூஜாவை பழி வாங்க என்னை மும்பையில் இருந்து இங்கே வரவழைத்தான். அவனது நோக்கம் உங்கள் மனதில் சந்தேக விதைகளைத் தூவுவது. அவன் திட்டம் பலித்துவிட்டதே. இன்று மரமாகி நிற்கின்றதே! அவன் நினைத்ததை இரண்டு நாள்களிலேயே சாதிக்க முடிந்ததுதான் எப்படியென்று எனக்கு விளங்கவில்லை.

என் யூகம் சரியென்றால் இந்த இரண்டு மாதங்களிலும் சரி, அதற்கு முன்பும் சரி, உங்கள் மனதில் பூஜாவின் மேல் கோபம் இருந்திருக்க வேண்டும். அது எதனால் என்பது எனக்குத் தெரியாது. ஆனால் ஒன்றைத் தெரிந்து கொள்ளுங்கள். பூஜா திருமணத்திற்கு பின்பு மும்பையில் இருந்த ஒரு வருடமும் அவர்கள் புயல் வேகத்தில் ஒப்புக் கொண்டிருந்த விளம்பரப் படங்களை எடுத்து முடித்தார்கள்.

அவற்றை அவர்கள் எடுத்துக் கொடுத்திருக்கா விட்டால், கோர்ட் படியேற வேண்டி வந்திருக்கும் அவர்கள் கையெழுத்துப் போட்ட ஒப்பந்தங்கள் எல்லாம் அப்படித்தான் இருந்தன."

ஆகாஷ் சொல்லச் சொல்ல கௌதம் மௌனமாக இருந்தான்.

'இது என்ன புதுக்கதை?' என்று அவன் மனம் வினவியது.

"சில நிறுவனங்கள் குறித்த காலத்திற்குள் அவர்களது தயாரிப்புகளை அறிமுகப்படுத்த முடியாவிட்டால் நஷ்டம் வந்து விடும் என்பதால் கடுமையாக அக்ரிமெண்டில் நிபந்தனைகள் விதித்து இருப்பார்கள். அவர்களது தயாரிப்பை ஆரம்பிக்கும் போதே விளம்பரங்களை வெளியிட்டுவிடுவார்கள். அவர்களது தயாரிப்பு மார்க்கெட்டிற்கு வரும்போது அது மக்களிடம் நன்கு அறிமுகமான பொருளாக மாறியிருக்கும்.

இது விளம்பரங்களை வெளியிடுபவர்கள் கடைப்பிடிக்கும் யுக்தி. விளம்பரங்களின் சக்தி மகத்தானது மிஸ்டர் கௌதம். பூஜா அப்படிப்பட்ட அக்ரிமெண்ட் சிலவற்றில் சைன் போட்டிருந்தார்கள். அந்த நிர்பந்தத்தால் அவர்கள் மும்பை வந்திருக்கக் கூடும். பட், அதற்குப் பின்னால் அவர்கள் எந்த அக்ரிமெண்டிலும் சைன் போடவில்லை. முடிந்தால் எடுத்துக் கொடுக்கிறேன். முடியாவிட்டால், பணத்தைத் திரும்ப வாங்கிக் கொள் என்பதுதான் அவர்களது செயலாக இருந்தது."

மும்பையில் பூஜா, ரூபாவை அழைத்து வாங்கிய முன்பணத்தையெல்லாம் திருப்பிக் கொடுக்கச் சொன்னது கௌதமின் நினைவில் வந்தது.

"மிஸ்டர் கௌதம்... நான் இன்று மாலையே ஊட்டியை விட்டுக் கிளம்புவதாக இருந்தேன். எவ்வளவு சீக்கிரம் முடியுமோ

                                    ஏதோ ஒரு நதியில்

அவ்வளவு சீக்கிரம் இந்த விளம்பரத்தை முடித்து அகர்வாலை இந்த இடத்தை விட்டுக் கிளப்பிக் கொண்டு போய்விட வேண்டும் என்று வேகமாய் விளம்பரத்தை ஷூட் பண்ணி முடித்துவிட்டேன். போகும்போது உங்களுக்கும் பூஜாவிற்கும் ஒரு நல்ல செய்தியைச் சொல்லிப் போக ஆசைப்பட்டேன். அது என்ன தெரியுமா?"

ஆகாஷ் பேச்சை நிறுத்தி ஆஷாவைப் பார்வையால் அருகே அழைத்தான். அவள் அவனுடன் ஒட்டி நின்றாள். அவள் தோள் மேல் கையைப் போட்டவன், "கெளதம்... நானும் ஆஷாவும் திருமணம் செய்து கொள்ள முடிவு செய்திருக்கிறோம். மும்பை சென்றவுடன் திருமண ஏற்பாடுகளை ஆரம்பித்துவிடுவேன்" என்றான்.

கெளதமின் மனதில் ஒரு பாரம் விலகியது போல் இருந்தது. அதை உணர்ந்தவனாய், ஆகாஷ் புன்முறுவலுடன் கெளதமின் கரம் பற்றிக் கொண்டான்.

"பூஜா உங்கள் மனைவி கெளதம். உங்களைவிடச் சிறப்பான கணவர் அவர்களுக்குக் கிடைக்க முடியாது. அவர்களது அழகிற்கும் அறிவிற்கும் ஏற்ற கணவர் நீங்கள்தான். நாம் ஒரு வைரத்தை பார்த்து ஆசைப்படுகிறோம். அது நம்மிடம் இருப்பதைவிட ஒரு மகாராஜாவின் மணிமுடியில் இருப்பது சிறந்தது அல்லவா? பூஜா ஒரு வைரம். நீங்கள்தான் அவர்களது காதலைப் பெறத் தகுதியானவர். நான் உங்கள் இருவரையும் பார்த்து சந்தோசப்படுகிறேன் கெளதம்."

ஆகாஷ், பூஜாவிடமும் கெளதமிடமும் கரம் கூப்பி விடைபெற்றுக் கொண்டான்.

"புயலடித்து ஓய்ந்தது போல வீடே அமைதியா இருக்கு. ஆத்தி... அந்த எடுபட்ட நாய் வந்தாலும் வந்துச்சு. இந்த வீட்டில் பொம்பளைகளோட நிம்மதியே போயிருந்துச்சு. நல்லா நாலு போடு போட்டு துரத்திவிட்ட பின்னால்தான் வீடே, வீடா இருக்கு. ஆமா... நம்ம அம்மா எங்கே?"

வேதநாயகி தேடவும் கெளதம் விழிப்படைந்தான். ஆகாஷ் சொன்னவற்றை யோசித்துக் கொண்டே அமர்ந்திருந்தவன், பூஜாவைக் கவனிக்கவில்லை.

முத்துலட்சுமி ராகவன்▶ 195 ◀

"இங்கேதானே இருந்தாள்?"

"இல்லையே அய்யா... கீழே காணோமே!"

"தா புள்ள... யாரைத்தேடுற? நம்ம அம்மா அருவிக் கரைப் பக்கம் போனாங்களே!"

காத்தவராயன் சொல்லவும் கௌதமின் உடல் தூக்கிப் போட்டது. அவசரமாய் எழுந்து காரை எடுத்துக் கொண்டு அருவிக்கரைப் பக்கம் செலுத்தினான். அவன் மனதில் அலை அடித்தது. அவனுக்கு ஒன்று சர்வ நிச்சயமாய்த் தெரியும். பூஜா அவனை விட்டுப் பிரிந்து செல்ல மாட்டாள். அவ்வாறு பிரிந்து செல்ல நினைத்தால் உயிரை

விட்டுவிடுவாள். சற்றுமுன், 'இதன் பின்னாலும் நாம் சேர்ந்து வாழ வேண்டுமா?' என்று கேட்டு வைத்தானே! அதைக் கேட்டவள் தப்பான முடிவை எடுத்து விட்டால்? நினைக்கவே அவனது நெஞ்சம் நடுங்கியது.

தூரத்தில் அருவிக்கரை தெரிந்தது.

━━━◦◦◦◦━━━

                                                    ஏதோ ஒரு நதியில்

33

அருவிக்கரையில் இருந்த உயர்ந்த மரங்களுக்கு இடையே காரை நிறுத்தி விட்டு ஓடினான் கௌதம். அருவிக்கரையில் தேடினான். பூஜா ஓர் மரத்தில் சாய்ந்து அமர்ந்திருந்தாள். அவனுக்கு உயிர் மீண்டது போல் இருந்தது. நிம்மதியாய் மூச்சை இழுத்துவிட்டவன், மெல்ல அவள் அருகில் சென்று அமர்ந்தான்.

அவனைக் கண்டதும் எழ முயன்றவளின் கைப்பிடித்து அமர வைத்தான்.

"ஏன் பூஜா சொல்லாமல் வந்தாய்? நான் பயந்து விட்டேன்."

"ஏன் பயந்தீர்கள்? நான் என்ன ஆனால் உங்களுக்கு என்ன?"

"என்ன சொன்னாய்? எனக்கு ஒன்றுமே இல்லையா? எங்கே என் முகத்தைப் பார்த்து இந்த வார்த்தைகளைச் சொல்."

கௌதம் அவளது முகத்தை திருப்பி விழியோடு விழி பார்த்தான். கௌதமின் முகம் பார்த்த பூஜாவின் விழிகளில் காதலும் மையலும் கலந்து உதயமாயின. அவள் உதடு கடித்தவளாய், அவனது மார்பில் முகம் புதைத்துக் கொண்டாள். கௌதம் வெற்றிச் சிரிப்பு சிரித்தான். அவனது சிரிப்பில், அவளது மனதை வெற்றிக் கொண்ட கர்வம் தென்பட்டது.

"என்னை விட்டுப் போய்விடுவாயாடி?"

"என்னால் எங்கே போக முடியும் கௌதம். உங்களைப் பிரிந்து என்னால் இருக்க முடியுமா? வேண்டுமானால் செத்துவிடலாம். அதற்குத்தான் வந்தேன்."

"பூஜா... அப்படிச் சொல்லாதே பூஜா..." கௌதம் அவளது முடியை இறுக்கிப் பிடித்து தனக்குள் புதைத்துக்கொண்டான். அவளது உச்சந்தலையில் தன் முகத்தை வைத்துக் கொண்டு புலம்பினான்.

"என்ன வார்த்தை சொல்லிவிட்டாயடி? சாவதற்கு துணிந்தாயா? என்னை விட்டுப் போவதிலேயே குறியாய் இருக்கிறாயே. சாக வேண்டுமானால் வா. நாம் இருவரும் சேர்ந்தே சாகலாம். உன்னை விட்டு என்னால் ஒரு விநாடி தனித்திருக்க முடியுமா?"

"நீங்கள்தானே அப்படிப் பேசினீர்கள், கௌதம்?"

"கோபத்தில் ஒரு வார்த்தை சொன்னால் பொறுத்துக் கொள் என்று உன்னிடம் நான் சொல்லியிருக்கிறேனா, இல்லையா?"

"எத்தனை நாள்கள்தான் பொறுப்பது?"

"தவறு என்றால் சொல்லித் திருத்து. என்னை விட்டுவிட்டுப் போக நினைக்காதே. நான் உன்னைக் காதலிக்கிறேன் பூஜா. என் உயிருக்குயிராய் காதலிக்கிறேன்."

"கௌதம்... நான் உங்கள் அடிமை கௌதம்."

"அடிமையென்று சொல்லாதே. நீ என்னில் பாதி. அதுகூட இல்லை. நீயே நான்... நானே நீ..."

"அப்படி நினைப்பவர் அகர்வாலைத் தங்கச் சொல்லாமா?"

"அவன் எதுவரை போவான் என்பதை நான் அறிய வேண்டாமா? உனக்குக் கெடுதல் செய்யத் துணிந்தால் அவன் என்ன கதிக்கு ஆளாவான் என்பதை அறிய வேண்டாமா?"

"ஆகாஷின் மேல் பொறாமைப்பட்டீர்கள்."

"யாருக்குத்தான் அது வராது? சொல்லு. என்மேல் ஒருத்தி ஆசை கொண்டிருந்தாள் என்பதை நீ அறிந்தால் அவளைப் பார்த்ததும் சிரித்துக் கொண்டே நட்பு பாராட்டுவாயா?"

"கௌதம்... என் கௌதம்..." பூஜா அவனை இன்னும் இறுக்கமாய் தழுவிக் கொண்டாள்.

"பொறாமை என்பது காதலின் ஓர் அங்கம் பூஜா. அது தவறில்லை. என்னைப் புரிந்து கொள். நான் உன்னைச் சந்தேகப்படவில்லை. அகர்வால் எல்லாம் ஒரு மனிதனென்று அவன் பேச்சை நான் பொருட்படுத்துவேனா? ஆனால் ஆகாஷிற்கு உன் மேலிருந்த அக்கறை எனக்கு கோபத்தை உண்டுபண்ணாதா?"

ஏதோ ஒரு நதியில்

"ஐ ஆம் ஸாரி கௌதம்."

"எதற்குடா?"

"நான் உங்களைச் சரியாகப் புரிந்து கொள்ளவில்லை."

"நீ இதை மட்டுமா புரிந்து கொள்ளவில்லை. நான் உன்னை அடையாளமில்லாதவள் ஆக்கிவிட்டேன் என்றாயே. நானா அப்படிச் செய்வேன்? அம்மா அன்று உன்னைப்பற்றியும் உன் புரபொஷன்ல உனக்கு இருக்கும் ஆர்வத்தைப் பற்றியும் நிறைய சொன்னார்கள். உன்னை, உனக்குப் பிடித்த துறையில் ஈடுபட வைக்க வேண்டும் என்று அன்றே முடிவு செய்துவிட்டேன். உனக்காக ஒரு கட்டிடத்தையே விலைபேசி வாங்கிவிட்டேன். மும்பையில் நீ சாதித்ததை கோயம்புத்தூரிலேயே சாதிக்கலாம்."

"என் கௌதம்..." என்று அவன் தலைகோதி முத்தமிட்ட பூஜா அவனது கைவிரல்களோடு தன் கைவிரல்களைப் பிணைத்துக் கொண்டாள்.

"நீங்களும் என்னைப் புரிந்து கொள்ளவில்லை கௌதம். நானும் கோபத்தில் அப்படி ஒரு வார்த்தையை சொல்லிவிட்டேன். நான் விளம்பர படங்களை உருவாக்கி நிறைய சாதித்துவிட்டேன். இனி... நம் குழந்தைகளை நல்ல முறையில் பெற்று வளர்த்து உருவாக்கும் வேலையில் ஈடுபடப் போகிறேன்."

"குழந்தை?" அவன் திகைத்து நோக்க, அவள் வெட்கப் புன்னகை பூத்தாள். அவள் புன்னகை விளக்கிய செய்தி புரிய, "பூஜா..." என்று ஆனந்தத்தோடு அவளைக் கட்டிக் கொண்டான்.

"அதனால்தான் நீ சரியாகச் சாப்பிடவில்லையா? மயக்கம் வந்ததா? ஏன் என்னிடம் சொல்லவில்லை பூஜா?"

"சொல்லத்தான் ஆசைப்பட்டேன் கௌதம். சொல்ல நினைக்கும் போது அகர்வாலும் ஆகாஷும் வந்து விட்டார்கள்."

"இனி யார் வந்தால் என்ன? எனக்கு என் குழந்தை வரப்போகிறது. எனக்கு அதுபோதும். என் மனம் நிறைந்துவிட்டது. பூஜா உனக்கு என்ன வேண்டும்? கேள்."

"நாம் பொள்ளாச்சிக்கு என் அப்பாவின் வீட்டிற்கு போகவேண்டும்."

"போகலாம்." அவர்கள் இணைந்து நடந்தனர்.

வாழ்க்கை அற்புதமான நதியைப் போன்றது. ஏதோ ஒரு நதியில் நீங்கள் இறங்கிப் பாருங்கள். அது உணர்த்தும் ஆயிரம் உணர்வுகளை வாழ்க்கை உங்களுக்கு உணர்த்தும்.

- முற்றும்

—◦—

   ஏதோ ஒரு நதியில்